आपल्या स्नेहीजनांना पुस्तके भेट द्या

शेष

सहा बहिणी आणि त्यांचं तुटलेलं घर..घराचा अखेरचा सांधा निखळत असताना
भविष्याला कलाटणी देणाऱ्या क्षिप्राची गोष्ट...

स्वाती चांदोरकर

मेहता पब्लिशिंग हाऊस

Please contact us at **Mehta Publishing House,** Pune 411030.

✆ +91 020-24476924 / 24460313 / Mob. No. 9545000513

Email : production@mehtapublishinghouse.com

Website : www.mehtapublishinghouse.com

SHESH by SWATI CHANDORKAR

शेष : स्वाती चांदोरकर / कादंबरी

Email : author@mehtapublishinghouse.com

प्रकाशक : सुनील अनिल मेहता, मेहता पब्लिशिंग हाऊस,
१९४१, सदाशिव पेठ, माडीवाले कॉलनी, पुणे – ४११०३०.

मुद्रक : ट्रिनिटी ॲकॅडमी फॉर कॉर्पोरेट ट्रेनिंग लिमिटेड,
नऱ्हे इंडस्ट्रिअल एरिया, नऱ्हे, पुणे – ४१.

मुखपृष्ठ : चंद्रमोहन कुलकर्णी

प्रकाशनकाल : ३० ऑगस्ट, २०१५ /
मेहता पब्लिशिंग हाऊसची द्वितीय आवृत्ती नोव्हेंबर, २०१८

किंमत : ₹ २००

P Book ISBN 9789353171490
E Book ISBN 9789353171506
E Books available on : amazonkindle Apple Books Google Play Books

---

*काही काही माणसं आपल्या आजूबाजूलाच असतात; पण आपल्याला
ती तरीही अपरिचित असतात. आणि ही माणसं कुणी परकी नसतात;
आपलीच असतात, अगदी सख्खी.
सहज केव्हातरी ती उलगडत जातात आणि आपण अचंबित होतो.
आणि मग वाटतं, एक एक व्यक्ती म्हणजे एक एक कादंबरी आहे.
माधवी, अशाच काही कादंबऱ्या एकत्र करून ही एक कादंबरी निर्माण
झाली, ज्याचं श्रेय फक्त तुलाच आहे. माझी ही 'शेष' माझी नाही,
तर तुझी आहे आणि अशा तमाम व्यक्तींची आहे,
ज्यांनी त्यांचं आयुष्य पणाला लावलं, केवळ जगता यावं म्हणून...
हार मानायची नाही ही जिद्द होती म्हणून...*

प्रस्तावना

हे कथानक कुणा एका व्यक्तीचं, एका कुटुंबाचं नाही. हे एका समाजाचं कथानक आहे. तो काळ, त्या काळातील माणसं, त्यांची वृत्ती आणि त्या काळातली परिस्थिती, असं हे नाट्य आहे. काळ जितका पुढे सरकतो, घडलेले प्रसंग एखाद्या नाटकाप्रमाणे वाटतात. कुणी व्यक्ती आपला भूतकाळ आठवते तर तिलाही वाटतं, की खरंच हे असं कसं काय घडलं? ...आणि आपण त्या घटनांना सामोरे कसे काय गेलो? जगलो तरी कसे? कोणत्या जिद्दीनं आणि कशाच्या आधारावर?

त्या त्या परिस्थितीत जे काही योग्य वाटतं तसं वागलं जातं आणि त्या क्षणी ते योग्यही असतं. काळ ठरवत असेल भले नंतर, की चुकलं अथवा बरोबर होतं. आणि अशाच घटनांचं रूपांतर साहित्यात होतं.

भूतकाळ प्रत्येकाचा स्वतःला अद्‌भुत वाटतो आणि तसं वाटणं हे योग्यही आहे. कारण कोण कसा किती प्रवास करून आलेलं आहे, हे ज्याचं त्याला माहीत असतं. मग तरीही हा लिखाणाचा खटाटोप कशासाठी?

आज, जे आयुष्य विनासायास भोगायला मिळत आहे प्रत्येकाला- म्हणजे अन्न, वस्त्र, निवारा... या मूलभूत तीन गरजा तुलनात्मकरीत्या पूर्ण होत आहेत- त्यांना त्या काळातल्या अडचणी, जगण्यासाठी करावी लागलेली तडजोड समजायला हवी. मागच्या पिढीनं पुढल्या पिढीच्या सुखासाठी जे काही योगदान दिलं, त्याची कुठेतरी नोंद व्हावी म्हणून हे लिखाण.

ओशो म्हणतात, की सुखासीन आयुष्य सोडून जी व्यक्ती संन्यास घेते, ती खरी संन्यासी. कारण ऐशोआरामाची चव तिनं घेतलेली असते. एक भिकारी जर उपास करत असेल तर त्याच्या उपासाला महत्त्व नाही; कारण तो उपाशीच आहे. पण ज्यानं पंचपक्वान्नांचं ताट अनुभवलेलं आहे, त्यानं उपास करणं, उपासाला अर्थ आणतं.

हे कथानक अशाच व्यक्तींचं, समाजाचं आहे. त्यांनी पंचपक्वान्नांचं ताट उपभोगलं आहे आणि मग भूक म्हणजे काय... हे अनुभवलं आहे.

म्हणूनच कुणा एका कुटुंबाला हे कथानक प्रकाशित करत नाही; तर एका समाजाला प्रकाशित करत आहे.

या समाजाशी माझी ओळख माधवीनं करून दिली, आणि तिच्यामुळेच मी या समाजाला जवळून बघू शकले. माधवी, हे कथानक तुला सप्रेम भेट.

अंगावरची कातडी चुरगळू लागली होती. नजर अजूनही तशी शाबूत होती. काचा आल्या होत्या डोळ्यांवर; पण त्या काचांची भिंगं नव्हती झालेली. केस मात्र अजूनही काळेच होते. फारच शोध घेतला तर एखाद दुसरा पांढरा सापडला असता. रंग मात्र कातडीच्या घड्यांमध्ये काळवंडला होता. पाठीचा कणा थकला होता, पण वाकला नव्हता.

अंग पुसता पुसता तिनं स्वतःला आरशात बघितलं. केस पंचानं झटकले. शरीर अजूनही आटोक्यात होतं. हे तिनं रोजच्यासारखं पुन्हा आरशात बघितलं आणि रोजच्या सारखीच या विचारावर मान हलवली. मान हलवली तशा कानाच्या पाळ्या हलल्या. आणि त्या बरोबरीनं हिऱ्याच्या कुड्या चमकल्या. ते चमकणं तिनं रोजच्यासारखं आरशात बघितलं.

तिला आता केस वाळवायचे होते आणि मग आवडीची चंदेरी किनार असलेली पांढरी साडी नेसायची होती. आणि मग.....

तिचं लक्ष बॅगेकडे गेलं. सर्व सामान नीट भरलं आहे ना, हे तिनं पुन्हा एकदा तपासलं. जायचंय, जायचंय... असं ती मनाशी पुन्हा पुन्हा म्हणत राहिली. आणि गाडीच्या वेळेआधी दोन तास तिनं घराला कुलूप घातलं. दीड महिन्यांपूर्वी तिनं सर्वांना पत्र पाठवली होती.

"माझ्या प्रिय...

आज पत्र लिहिताना खूप छान वाटतंय. फोनवरही बोलू शकले असते, पण मग नीट पोचले नसते तुमच्यापर्यंत. पत्रानं कसं छान पूर्णत्वानं पोचता येतं.

आपण सर्व जणी आपापल्या ठिकाणी छान आहोत. हो ना? होच. जे आहे ते चांगलं आहे, असं आपल्या अंबाईनं शिकवलं आहे आपल्याला. म्हणून तक्रार नाही.

आपल्या अंबाईला भेटावंसं वाटतंय. तुम्ही येणार? मी जाणार आहे. मला माहीत आहे, तुम्ही मला वेड्यात काढणार. काढा. माझी काहीच हरकत नाही. पण तरीही या, हवं तर माझा वेडेपणा बघायला या. प्रवास झेपेल शरीराला, काळजी करू नका. एक मुसू सोडली तर तुम्ही सगळ्या जणी माझ्यापेक्षा मोठ्या. पण तरीही देईल शरीर साथ. अंबाईचा शंभरावा वाढदिवस आहे. तो आपण सगळ्यांनी मिळून आमराईत साजरा करू. मस्त ना?

इंदाक्का तर राहिली नाही. आणि आपणही फार काळ जगू असं वाटत नाही.

ए, तुम्हाला मदांण्णा आठवतो? तो आपल्याला अष्टदेवता म्हणायचा. एका डोळ्यानं काणा असलेला, काळा कुळकुळीत. वाड्याभोवतीची बाग कित्ती सुरेख फुलवायचा. आपण वाडा सोडला आणि मदांण्णा......

अंबाईला भेटायचं. ती तिथेच भेटेल. ती आपल्याला हाकही मारत असेल. हाक मारून दमली असेल. 'ओ' द्यायला चला.

मी तुम्हा सर्वांची वाट बघणार आहे.

तुमची

क्षिप्रा.

गाडी धडाड पळत होती. देवगाव! क्षिप्रा एकटीच. तिला माहीत नव्हतं की कुणी येतील, नाही येतील. कुणीच काहीही कळवलं नव्हतं. तिनंही पुन्हा कुणाला विचारलं नव्हतं.

'आपण एकट्याच असणार आहोत का? एकट्या तर अनेकदा होतो. माऊला, बनीला आपलं हे असं जाणं आवडलेलं नाही. पण 'नाही' असं ऐकणं आपल्या स्वभावातच नाही, रक्तातच नाही. रक्त! कुणाचं? अंबाईचं? ती तर कधी काही बोलतच नसे. मग? हे रक्त, देवाजी वायकोंडा जहागिरदार आमराईकर यांचं. पण देवाजी कधी ...'

एक धक्का बसला. गाडी थांबली आणि क्षिप्राचे विचारही.

स्टेशन आलं, गेलं. गाडी जशी सुरू झाली, तसे क्षिप्राचे विचारही सुरू झाले. 'कुठे राहणार आहोत आपण? कसं असेल गाव आता? अजूनही गावच असेल की गाव्हर? गाव आणि शहरचा मध्य- गाव्हर. मस्त.' क्षिप्राला हसू आलं.

ती जरा शांत झाली. गाडीच्या ठेक्यात तिचे डोळे मिटू लागले. एका एका स्टेशनप्रमाणे एक एक आठवण मागे पडत होती. हळू हळू डब्यात काळोख दाटला. मंद निळा दिवा डब्याला शांत करू लागला. गाडीचा ठेका ठेक्यात चालू राहिला.

देवगाव स्टेशनावर उतरल्यावर मग मात्र तिला प्रवासाचा शीण जाणवू लागला. अजून पुढे जायचं होतं. आमराई. तिचं जन्मस्थान. ती जरा संभ्रमात पडली.

"आज स्वतःचं जन्मस्थान परकं वाटत आहे का? काही खाणाखुणा उरल्या असतील का? ती जागा अपरिचित वाटेल का? देवाजी म्हणजेच वायकोंडा जहागिरदार आमराईकर यांची पत्नी अंबाई देवाजी वायकोंडा जहागिरदार आमराईकर, जिथे तिने चीरनिद्रा घेतली तो वाडा अजून असेल का? मी अंबाईची सातवी लेक, इतक्या वर्षांनंतर तिच्या नसलेल्या अस्तित्वाला भेटायला निघाले आहे. गंमत आहे. इथूनच परतावं का? ओळखीच्या ठिकाणी? अशाश्वतेची भीती का वाटते आहे आत्ता? आणि तसंही शाश्वत असं काय आहे? कदाचित अजून काही वर्षांनतर माऊ, बनी माझं नसलेलं अस्तित्व शोधत डोंबिवलीच्या घरी जातील. जाताना त्यांना वाटेल...अनोळखी ठिकाणी जात आहोत...."

क्षिप्रा अचानक थकली. पाठीचा कणा थोडासा वाकला. स्टेशनवरच्या सार्वजनिक नळावर जाऊन तिनं सपासप पाणी मारलं तोंडावर, ओला हात केसांवरून फिरवला- जणू विचारांची जळमटं तिनं पुसून टाकली. मनाला जरा उभारी आली. डोंबिवलीचं छोटेखानी घर मागे पडलं आणि तिनं बॅग उचलली. घराबाहेर पडताना हलकी वाटलेली ती बॅग आता उगीचच जड वाटली. क्षिप्रा स्टेशनबाहेर आली.

देवगाव महाराष्ट्रात की कर्नाटकात? यानं तिला काही फरक पडत नव्हता. आत्ता ते तिच्या मनात होतं. देवगावातलं वास्तव्य आठवलं.

"किती वर्षं राहिलो देवगावात? देवगाव सोडलं आणि पुन्हा परतून काही आलो नाही. कुठे आहोत हेही कळवलं नाही- कुणालाच. आणि कुणी आपला विचार तरी केला असेल का? नसेलच. आपणही केला नाही. सुटका हवी होती सगळ्यातून. मिळाली पण दुसरीकडे अडकलो....

"अरे! हा एसटी स्टँड अजूनही तसाच आहे. थोडीफार सुधारणा दिसत्ये, मातीचा रस्ता डांबरी रस्त्याखाली लपलाय...."

"आमराई आमराई"

एसटी निघाली. आमराईकडे. तिला उगीचच धडधडायला लागलं. माण नदी आहे, अव्याहत वाहते आहे. हा नदीवरचा पूल ओलांडला की आमराई! ती उतरली. अलोट गर्दी, छोटी छोटी दुकानं, हातगाड्या, दुचाकी,... दुकानावरच्या पाट्या, येतात की वाचता. येते ही भाषा आपल्याला. तसं शिकलो मराठीतच.

सगळे मराठीच तर बोलायचे. कुणी क्वचित कन्नड .... पण मराठीच, कन्नड हेल काढून... मजा वाटते आता तसं ऐकतांना...

एसटी स्डँडसमोरच हॉटेल दिसलं. बरं दिसत होतं. तिनं तिथे राहायचं ठरवलं. कुणी आल्याच तर त्यांना घ्यायला जाता येईल पटकन. खोली चांगली होती. थंडगार पाण्यानं तिनं स्वतःला सैल केलं. थकवा पाण्याबरोबर ओघळून गेला. बरोबर आणलेल्या दशम्या खाऊन, पोटभर पाणी प्यायली आणि ती लवंडली.

पोचलो. ठरवल्याप्रमाणे इथपर्यंत आलो, हेही खूप आहे. आता मात्र फार वेळ नाही घालवायचा. जरा विश्रांती घेऊन तडक वाडा गाठायचा.

आणि विचार चालूच राहिले, आणि त्यातच क्षिप्राचा डोळा लागला.

हा वाड्याचाच रस्ता आहे ना? किती बदललं आहे सगळं. वाड्याबाहेर खूप अंतरावर वस्ती नव्हती तेव्हा. आंब्याचे दोन डेरेदार वृक्ष होते वाड्याच्या मुख्य दाराशी. हो, हेच असणार ते. वडसुद्धा होता. त्याच्या पारंब्यांवर मनसोक्त लटकायचो तेव्हा. त्या जुन्या खाणाखुणा आहेत अजून; पण आजूबाजूला मात्र बरंच काही नवीन..... हे अप्पाचं दुकान. तेही कित्ती बदललं आहे. आधी म्हणजे पूर्वी एक खोपटं होतं. आता मोठं दुकान झालं आहे. 'भद्रा अंगडी' भद्रा म्हणजे अप्पाचा मुलगा, जरा वेडगळ होता, पण यायचा शाळेत. आता कसा असेल? जावंच दुकानात.

तिची पावलं दुकानाकडे वळली. गल्ल्यावर कोण आहे?

''भद्रा आहे का? अं, भद्रा इद्दार येनु?''

''नानू भद्रा.''

''तू भद्रा?''

''हौदू''

''भद्रा, मी क्षिप्रा''

''क्षिप्रा?''

''हौदू, क्षिप्रा देवाजी वायकोंडा जहागिरदार आमराईकर. आठवलं?''

''आय्यो, क्षिप्रा! ये ये, हेग इद्दी अम्मा?''

''चांगली आहे. नानू चन्नाग इद्देनी. तूही चांगला दिसतो आहेस.''

''हौदू. कशी काय येऊन सोडलीस गं? आणि कुठे राहून सोडलीस?''

''इथेच जवळच, एका हॉटेलमध्ये. आणि कशी आले ते सांगते.''

''नको, तू घरी येऊन सोड गं.''

''घर कुठे आहे आता?''

"वाड्याजवळ आहे."
"काही समजत नाही रे, किती बदललं आहे सगळं. अप्पा?"
"आहेत. घरी आहेत. भेटून सोड की त्यांना."
"येते"
"अम्मा नाही आता"
"हो?"
"हा"
"कोण कोण असतं घरी?"
"बायको, मुलगी ...."
"अरे वा"
"चल घरी"
"येते, वाड्यावर जाऊन येते"
"नको जाऊस, काही राहून सोडलं नाही तिथे आता"
"मला माहीत आहे. तरीही बघायचा आहे"
"मी येतो बरोबर"
"चल"

भद्रानं दुकानातल्या मुलाला दुकान सांभाळायला सांगितलं आणि तो क्षिप्रा बरोबर बाहेर पडला. ती गप्प होती. रहदारी होती. अनेक माणसं, अनेक शब्द चालता चालता कानावर पडत होते.

"भेंडी कशी देऊन सोडलीस गं?"
"सिद धरागुवूडील्ला?"
"पटपट चालून सोड गं .."

ती ऐकत होती, चालत होती आणि अचानक दिंडीदरवाजा सामोरा आला. ती थबकली.

"हे आपल्या वाड्याचं दार? पोचलो आपण. दार? नाही, मुख्य दरवाजा! भला मोठा. मोठ्या दरवाज्याला एक छोटा दरवाजा. तो येण्याजाण्यासाठी उघडायचा. तेही कुणा दारवानानं. संपूर्ण दरवाजा उघडला जायचा जेव्हा देवाजींची बग्गी यायची, अथवा वाड्याबाहेर पडायची तेव्हा. कुणाला आत घ्यायचं आणि कुणाला नाही ते देवाजी ठरवत. शेतकरी मजूर दिवस दिवस वाड्याबाहेर बसून राहत. पण त्यांच्यासाठी ते छोटेखानी दार काही उघडायचं नाही. या दाराआड काय काय होतं! देवाजींचं साम्राज्य! दार ढकललं तर त्यांचा आवाज ऐकू येईल का?"

"क्षिप्रा, काय झालं गं? येऊन सोड की गं आत"
"हो"

मनाचा हिय्या करून ती पुढे झाली. तिनं दिंडीदरवाज्याला असलेलं छोटं दार ढकललं. तिच्या हाताला जळमट चिकटलं. अगदी दाट होतं. हात झटकूनही जाईना. तिनं रुमालाला हात पुसला. रुमाल चिकट झाला.

या दारावर अथवा दारच काय, पूर्ण वाड्यात कुठेही अस्वच्छता दिसली की देवाजींनी हंटर घेतलाच हाती. आता तो हंटर कुठे असेल, ज्याचे ठसे अनेकांच्या पाठीवर उमटले होते?

"ये सांभाळून ये. डोकं आपटेल. बघ, काय बघून सोडायचं ते.. आम्ही तर कध्धी नाही आलो इथे तुम्ही गेल्यावर. गावानं मोठ्ठं कुलूप घालून सोडलं होतं गं."

"मग? कुणी काढलं?"

"हा वाडा आता पडून सोडतोय बघ. एका माणसानं घेतलाय, आता इथे मोठी बिल्डिंग बांधून सोडणार आहे तो"

"कोण? आणि हे कसं शक्य आहे? वाडा आमचा आहे ना?"

"होता. तुम्ही कधीच येऊन सोडला नाहीत आणि गाववाल्यांनी येऊ पण नसतं दिलं. आताही सांगून सोडू नको की तू जहागिरदार आहेस म्हणून."

"का?"

"कुणी विसरून सोडलं नाही अजून"

"अजूनही? इतकी वर्षं गेली, आम्ही खूप हाल सोसले, सर्व काही सोडून गेलो, अन्नाला महाग झालो, उपाशी पोटी दिवस दिवस घालवले, अंदा भ्रमिष्ट झाली, इथेच तिनं प्राण सोडला, तरीही कुणी विसरलं नाही?"

"नाही."

"तू जा भद्रा, मी थांबते जरा इथं. येईन मग घरी."

क्षिप्रा आत गेली. अनेक वर्षं त्या वाटेवर कुणाची पावलं उमटली नव्हती हे जाणवत होतं. संगमरवरी छोटे छोटे गोलाकार दगड बसवलेली ती वाट सरळ वाड्याच्या आतल्या दाराकडे नेते. इथे होती फळाफुलांनी भरलेली बाग. मदांण्णानं तयार केलेली. हिरवीगार हिरवळ आणि गुलाबाचे ताटवे. कित्ती रंगाचे गुलाब होते.. कुठून कुठून रोपं आणली होती. इंग्रज सरदार यायचे घरी तेव्हा या बागेत एका बाजूला त्यांच्यासाठी बैठक लावली जायची. मोगरा घमघमत असायचा आणि एक उग्र वास भरून राहायचा. त्या वेळी आम्हा मुलींना वाड्याबाहेर

पडायला परवानगी नसायची. गिरा लक्ष ठेवून असायची आमच्यावर. अंबई तर सतत कामात अथवा बाळंतिणीच्या खोलीत. अवंती सांगायची आम्हाला हे सगळं. तिनं आणि इंदाक्कानं जास्त बघितलं या वाड्याचं सुखंदुःख! मला आठवतोय तो झुला. मागच्या अंगणात असलेला. प्रत्येक संध्याकाळ त्या झुल्यावर कविता म्हणत सरली. आता तर त्या कविताही आठवत नाहीत... आणि तो झुलाही राहिला नाही. अगदी डोळ्यांसमोर जळत होता. ती आग कुणीही विझवू शकलं नाही. देवाजींचा इतका दरारा; पण तेही हरले. त्या दराऱ्यामुळेच हरले. का इतका अन्याय केला त्यांनी? गरीब होते लोक, कष्ट करायचे तर त्यांना का नाही त्यांनी दिला त्यांचा अधिकार? का उपाशी राहिले ते?

ते तेव्हा उपाशी राहिले आणि नंतर आपण सगळे उपाशी राहिलो. दिवस दिवस....!

ही बाग आणि मग हा मुख्य दरवाजा. विठोबा रखवाली करायचा या दाराची. सदरेवर मुनीम यायचे तेव्हा त्यांची झडती घेतली जायची आणि पुन्हा घरी जाताना झडती घेतली जायची. त्यांना त्या वेळी वाईट नसेल का वाटलं? वाटलं असेलही; पण करणार काय? त्यांच्या पोटापाण्याचा प्रश्न होता. विठोबा हे झडती घ्यायचं काम करायचा. अंबईला नाही आवडायचं; पण तिच्या मताला किंमत कुठे होती? तिलाच किंमत नव्हती. ती म्हणजे एक व्यवस्था होती, शारीरिक भूक भागवण्याची.

ही सदर. इथे मुनीम बसायचे. आणि तिथे मखमली गादीवर लोडाला टेकून अण्णाजी. पुढ्यात सोन्याचं तबक, त्यात विडा, सुपारी, चुना, कात आणि सुगंधी काहीतरी शिवाय केशर. त्या तबकाची आपल्याला फार आवड होती. देवाजी कुठे बाहेर गेले की हळूच त्यातलं एक पान घ्यायचं आणि देवाजी जसं पान लावायचे तसं पान लावायचा प्रयत्न करायचा. गिरानं एकदा पकडलं आणि मग अंबई अशी काही रागे भरली की, पुन्हा त्या तबकाला हात लावला नाही. सदरेला लागून एक मोठ्ठं दालन. या भिंतीपासून त्या भिंतीपर्यंत मऊ मऊ गालिचा. मध्ये मोठ्ठं सागवानी टेबल. टेबलाला सोन्याचे पाय. आणि वर कशिदा केलेला रेशमी रुमाल. टेबलाच्या मध्यावर सोन्याची फुलदाणी आणि त्यात मदांण्णा रोज ताजी फुलं ठेवायचा.

या दालनापुढे मग दालनंच दालनं. आम्हा मुलींसाठी, अंबईसाठी, आणि अगदी कोपऱ्यात त्या तिथे, शेवटचं दालन ते सारस्वतीसाठी. तिनं तिथंच राहायचं, वाड्यात फिरायचं नाही. स्वयंपाकघरात काम करायचं; पण कुणासमोर यायचं नाही. अंबईला बाळ होणार असलं की तिनं आमचं सर्व करायचं; पण अंबईच्या खोलीत पाय टाकायचा नाही. आठवते सारस्वती आत्ताही. गोरी पान, चणीनं लहानखुरी पण नजर अतिशय भेदक. ती सतत काहीतरी शोधत आहे असं वाटायचं. लाल आलवण नेसलेली. तिचे केस भादरायला महिन्यातून एकदा

गुण्या यायचा. ती निमूट त्याच्या पुढ्यात बसायची. आम्हाला त्या वेळी तिथं जायला परवानगी नव्हती. कुणीच जायचं नाही. गुण्या गेला की ती मागच्या अंगणातल्या न्हाणीघरात जायची. आणि मग कित्ती तरी वेळ बाहेर यायचीच नाही. अंबई मग तिला हाकारायची,

"ओ सारस्वती, आता येऊन सोडा की बाहेर ! खूप झाला वेळ."

गिरा हसायची. अंबई म्हणायची

"गप राहून सोड गं. हा गुण्या पण इतवारीच येऊन राहतो. पोरी शाळेत गेल्या की येऊन सोडायचं सोडून...."

"अंबईवैनी, इतवारी देवाजी शेताला जाऊन सोडतात... म्हणून तो दळभद्र येऊन सोडतो. तुम्ही नाही जाणत त्याचा कावा."

"गिरा, गप बसून सोड गं, पोरी आहेत आजूबाजूला. जा बघून सोड सारस्वती आली की नाही ते."

इंदाक्का सगळं बघायची. तिला समजत होतं सगळं. ती तशी जरा शांत, गप्प गप्प असायची. ही तिची खोली. इंदाक्का, अवंती आणि नंदाची खोली. फारच जळली आहे. त्यांचा तो भलामोठा सागवानी, महिरप असलेला पलंग, ... हाताला काळं लागलं. जळला आहे कसा. जरा धक्का लागला तर हा अर्धामुर्धा भाग कोसळेल.

आणि तुळशी वृंदावन? ते तरी आहे का? अंबईचं वृंदावन. अहोरात्र समई जळत असायची तिथे .... हेही नाही राहिलं? फक्त पाया दिसतो आहे. अंबई हे बघ गं तुझं वृंदावन ......

क्षिप्राला तिथे थांबवलं नाही. ती लगबगीने बाहेर पडली. वाड्यापासून दूर आली. आणि मगच तिने दम घेतला. घशाला कोरड पडली होती. पाय आणि मन थकलं होतं. आता काही नको होतं. खोलीवर जायचं, इतकंच तिच्या मनात होतं. दुपारच्या रणरणत्या उन्हाची तिला आत्ता जाणीव होऊ लागली. पाय घासत घासत ती खोलीवर आली. भूक आणि ग्लानी दोघींनी तिचा ताबा घेतला. आणि उशीत तोंड लपवून ती हुंदके देऊ लागली. किती तरी वेळ........

फोन बराच वेळ वाजत होता . कुठेतरी दूर स्वप्नात. मग थोडं भान आलं. समजलं आपलाच फोन वाजतो आहे. मोठ्या कष्टांनी क्षिप्रा उठली. फोन घेतला

"हॅलो आई, मी बोलत्ये"

"माऊ, बोल"

"अगं पोचलीस का नीट? फोन नव्हता लागत तुझा. बरी आहेस ना? मला फोन का नाही केलास? किती वाट बघत होते. काळजी वाटत होती. कुठे आहेस?"

“अगं हो हो, किती प्रश्न? आमराईत आहे. एसटी स्डँडजवळच आहे हॉटेल, तिथे मिळाली खोली. चांगलं आहे. काळजी करू नकोस. वाड्यावर गेले होते. मघाशी आले आणि मग झोप लागली.”

“आवाज असा का येतोय? रडलीस की काय?”

“खरं सांगू तर हो. वाडा बघितला आणि रडू आलं. पण आता ठीक आहे.”

“मी येऊ का तिथे?”

“नको. मी बरी आहे.”

“आई, सगळ्या जणी येणार आहेत”

“खरंच? वा छान. आता अगदी मस्त वाटतंय बघ”

“उद्या अवंतीमावशी पोचेल सकाळी आठ वाजता.”

“बरं. मी जाईन तिला घ्यायला.”

“आणि बाकीच्या परवा पोचतील. मी त्यांची तिकिटं काढली आहेत. परवा दुपारी पोचतील चार वाजता.”

“चला, म्हणजे आता खोल्या घ्यायला हव्यात अजून.”

“हो. आणि काही लागलं तर कळव मला. मी यायला हवी असेन तर तसंही सांग.”

“सांगेन. तू कशी आहेस? आणि बनीचा काही फोन?”

“मला? छे! तुला नाही का केला तिने फोन?”

“कामात असेल”

“होना! मी आहे रिकामटेकडी.”

“तसं नाही गं ! ”

“असू दे. नीट राहा. मी निघते आता. ट्रेन पकडायची आहे.”

“अच्छा”

क्षिप्राला एकदम हुरूप आला. आता अंबईचा वाढदिवस छान साजरा होणार. उद्या अवंती येत आहे आणि परवा बाकीच्या. ती हुशारली. आता पोटात भूक थैमान घालू लागली. आणि दुपारी भद्राला न भेटताच परतलो, तो वाट बघत असेल तर त्याच्याकडेही जावं, असं तिला वाटू लागलं. तिनं स्वतःला आवरलं आणि ती बाहेर पडली. खाली हॉटेलमध्ये अजून एक खोली परवापासून हवी असं सांगून ती बाहेर पडली.

तिनं आधी पोटपूजा केली आणि मग रमतगमत माण नदीपाशी पोचली. छान थंड वारा वाहत होता. वाहताना तो एक ओलसर वास घेऊन येत होता. सूर्यास्ताची वेळ होत होती. पक्ष्यांचे आवाज परतून येत होते. हे असं डोंबिवलीत बघायला मिळत नाही. ती किनारी बसली. दगडावर. छान, प्रसन्न होऊन. पाणी वाहत होतं.

"वाहणारच. पाण्याला उताराकडे जायची फार घाई असते. कारण पुढे त्याला सागराशी एकरूप व्हायचं असतं. ते मिलन फार सुरेख असेल. पवित्र. आणि ज्योत? ती कायम उर्ध्वगामी, तीही लगबग करतच असते की. नाही,ज्योत शांत असते. ती तेवत राहते. तिला नसते घाई. घाई असते आगीला. वर वर जायची, पसरत राहायची. ती आगही तशीच होती. वाड्यात मोठं हवन होतं. अंबामातेची पूजा होती नवरात्रीतली. पूजेचा मान जहागिरदारांचा. तीनशे-चारशे पानं उठत. संपूर्ण आमराई नऊ दिवस वाड्यावर असायची जेवायला. प्रसादाचं जेवण. रोज पक्वान्न. रोज होम, आणि पूजा. देवाजींचा मान! किती खरा आणि किती सक्तीचा? पण हे कळायचं ते वय नव्हतं. होम होत होता. देवाजी त्यांच्या बैठकीवर बसून मम म्हणत होते आणि अकरा ब्राम्हण स्तोत्रपठण करत होते. आणि होमाच्या ज्वाळा वरवर जात होत्या. साजूक तुपाची धार संपली, समिधा संपल्या. आगीनं सगळं पोटभर गिळलं आणि ती शांत झाली. खेळता खेळता पोचलो आपण तिथे आणि भरजरी परकरात पाय अडकून पडलो ते सरळ होमकुंडात. धग होतीच, गुडघा, हात भाजले. अंबईला बाळ होणार होतं. तिला उठून येता येत नव्हतं आणि देवाजी त्यांच्या बैठकीवरून उठणं शक्य नव्हतं. नाहीच उठले ते. आपण रडून ओरडून हैदोस घातला होता. अवंती, इंदाक्का आल्या धावत. पण त्याही तशा लहानच. मदांण्णा आला धावत. त्यानं उचलून घेतलं आणि सरळ हौदात टाकलं. आजही गुडघ्याच्या कातडीचा रंग मूळ कातडीच्या रंगापेक्षा वेगळा आहे.

हा मदांण्णा, कसा आणि कुठून आला? आला तो आलाच वाड्यावर. त्याला ना कुणी नात ना गोत. जहागिरदार हेच त्याचं कुटुंब. पण मग नंतर कुठं गेला? पुन्हा कधीच कुणाला दिसला कसा नाही? दिसला असेलही, पण ते आपल्याला समजणार कसं?"

सूर्य उतरत होता. तशी ती निघाली. भद्राकडे जाण्यासाठी.

वाटेत शाळा लागली. नवीन असावी. तिला आपली शाळा आठवली.

वाड्यापासून फार लांब होती शाळा. कारीचा हात धरून जायचो शाळेत. नाईजा, मुसू आणि आपण. कारी फार काळजी घ्यायची तिघींची. छकडा असायचा पण आपल्याला पायी जायला आवडायचं. देवाजी ओरडायचे. अंबईला रागे भरायचे. मग अंबई सांगायची, 'जहागिरदारांच्या लेकींनी असं चालत जाऊ नये गं' पण वाटेत जांभूळ लागायचं. चिंचा, बोरं मिळायची. आंब्यांना मोहोर आलेला असला की नुसता घमघमाट असायचा. कारी द्यायची सर्व खायला. इंदाक्का, अवंती, नंदा जायच्या छ्कडयातून. छकडा तरी साधा होता का? बैलांच्या शिंगांना सोन्याच्या कड्या होत्या, खुरांना पंचधातू होते. गळ्यात घुंगरू होते चांदीचे. मखमली गादी, दोन तक्के आणि पडदा चिकाचा. सागवान लाकूड, त्याला चकाकी असलीच

पाहिजे हा दंडक. आम्ही शाळेत जायचो ते शिकायला की आमची श्रीमंती दाखवायला; जी अगदी अल्प काळासाठी होती. आपण तर फारच लहान होतो. अन् मुसू तर अजूनच लहान. तरी आम्ही एकाच वर्गात बसायचो. तेव्हा वाटायचं, मी मोठी तर मोठ्या वर्गात असायला हवी ना? कुठे समजत होतं की आम्हा दोघींमध्ये फक्त दहा महिन्यांचं अंतर होतं ते? छकडा जात असला रस्त्यावरून आणि वाटेत जर कुणी आलं तर सरळ त्याच्या पाठीवर चाबूक मारला जायचा. जहागिरदारांच्या छकड्यासमोर यायची हिम्मतच कशी झाली? कारीला हे आवडायचं नाही. इंदाक्का सांगायची कारीला- आज याला मारलं, त्याला मारलं. मग शाळेतून परतल्यावर अंबईकडे कारी तक्रार करायची. "का मारून सोडतात गं? गरीब आहे म्हणून? शाळेत आमच्याशी म्हणूनच कुणी खेळत नाही. आणि आमच्या शेजारीही कुणी बसत नाही. आज त्याला मारून रहिला तो..." मग अंबई लपवून तेल पाणी, औषध, मात्रा, साखर, मीठ पाठवायची त्याच्या घरी. अंबई होती म्हणून...."

देवळातली घंटा वाजली तशी क्षिप्रा भानावर आली. गावदेवीचं देऊळ. आरतीची वेळ. तिचा देवावर आजिबातच विश्वास नाही. अगदी नास्तिक. पण हे चांगलं होतं. नाही तर गरजेनुसार आस्तिक आणि गरज नसेल तर नास्तिक ....म्हणजे काहीच साध्य होत नाही.

मंदिर जरा सुधारलेलं दिसत होतं. पूर्वी अगदी छोटंसं अंधारलेलं; मात्र ओटी मोठी होती. ओटीच्या चार पायऱ्या चढायच्या, मग एक चौथरा, आणि चौथऱ्याच्या मध्यावर मंदिर. प्रदक्षिणा घालायची तर चौथऱ्यावर घालायची. चौथऱ्याला लागून एक डेरेदार वृक्ष, बराच जुना, खूप मोठा काळ बघितलेला.

'पूर्वी एक मिणमिणती पणती असायची. कुणी तरी तेल-वात करायचं. जो पर्यंत तेल असेल, जळायची. तेल संपलं की मिट्ट काळोख. तसं हे देऊळ आपल्या वाड्यापासून लांबच होतं. स्मशानाच्या वाटेवर. जरासं गावाबाहेर. पण आता ते गावाच्या आत आलेलं दिसतंय. आणि मोठंही झालंय. इथेच ती बसली होती ना ठिय्या देऊन? तीन दिवस-रात्र. जेव्हा ऐकलं तिच्याबद्दल तेव्हा कमाल वाटली होती. एक बाई, एक आई असं कसं वागू शकते?

नवरात्रीत मात्र देवाजी हे देऊळ रोषणाईनं उजळवून टाकत असत. पण त्यांनी कधी मनापासून नमस्कार केलेला आठवत नाही. आपणही म्हणून अशाच झालो होतो का? हात न जोडणाऱ्या?"

ती जरा चौथऱ्यावर टेकली. आरती संपली तशी दहा-वीस माणसं गाभाऱ्यातून चौथऱ्यावर आली. दाणे फुटाण्याचा प्रसाद वाटला गेला. तिलाही दिला गेला, तशी ती जरा अडखळली. तिने हात पुढे केला. बऱ्याच वर्षांनी दाणे फुटाणे मिळाले. ती एक एक करत सावकाश खात राहिली.

भद्राच्या घरी पोचली तर समोरच एका खाटेवर एक देह दिसला.

"हे अप्पा की काय?"

भद्रानं तिचं स्वागत केलं.

"क्षिप्रा. बंदी? बा...बा..., अप्पा देवाजीऔरू क्षिप्रा बंदिद्दाळे, न्यनस्तु?"

"हौदू, कुड मगू... ननगु येळल्लीके बारिंग इल्ला"

"अप्पा, नमस्कार करते."

"तुला ओळखलं अप्पांनी. त्यांना उठता नाही येत. तू बोलून सोड त्यांच्याशी. त्यांना सगळं आठवून सोडतंय बघ. क्षिप्रा हि माझी हेणती, म्हणजे बायको, गौरा आणि हि पद्माक्षी, माझी पोर."

"का येऊन सोडलीस गं?"

"सहज आले अप्पा. वाडा बघायचा होता एकदा. अंबईला आता शंभर वर्ष पूर्ण होणार. म्हणून वाड्यात तिचा वाढदिवस साजरा करायला आले. आम्ही सगळ्या जमत आहोत. परवापर्यंत पोचतील सगळ्या."

"क्षिप्रा, वाडा राहून सोडणार नाही आता."

"माहीत आहे अप्पा. म्हणूनच कदाचित यावंसं वाटलं असणार मला. इतक्या वर्षांत पहिल्यांदीच वाटलं यावंसं. इथे आल्यावर समजलं की ते बोलावणं होतं अंबईचं. बरं झालं आले ते."

"तू आत्ता एकटी राहून सोडलीस काय गं ?"

"हो... हौदू"

"मग इथेच राहून सोड की गं .."

"नको अप्पा, उद्या सकाळी अवंती येणार आहे. मला तिला घ्यायला जायचंय. "आप्पा तुम्हाला आमचा मदांण्णा आठवतो का हो? वाडा सोडला आम्ही आणि तो नंतर कुठे गेला?"

"तुला माहीत नाही? मदांण्णा त्या आगीत भाजून गेला की गं.."

'मदांण्णा गेला?'

तिला मग जेवण गोड लागलं नाही. घशाखाली उतरतही नव्हतं. कसं बसं संपवून ती नघाली. पाच पन्नास पावलं चालली असेल आणि समोर वाडा दिसला. तिने दिंडी दरवाजाचा छोटा दरवाजा थोडासा ढकलला. आत मिट्ट काळोख होता. अगदी गडद, जणू अंगावर कोसळला. ती निघाली. जणू धावत होती. पण ते धावणं आतून होतं. शरीर फक्त चालत होतं.

"ती रात्र तर आजही आठवते. आरडओरडा, घोड्यांच्या टापांचे आवाज,

आरोळ्या, देवाजींच्या नावाने शिव्यांचा भडिमार. दिंडी दरवाज्यावर मारले जाणारे दणके, आणि दार उघडत नाही म्हटल्यावर वाड्याच्या भिंतीवरून सणसणत आलेले भगभगीत आगीचे गोळे. आणि मग चहू बाजूंनी होणारा जळत्या मशालींचा वर्षाव. पेट घेतला झाडांनी, गवताने, आणि शिसवी झुल्याने आणि घराने, प्रत्येक वस्तूने.... वाडा हा हा म्हणता पेटला, आणि बाहेर जल्लोष सुरू झाला. देवाजींनी अगदी पोटातून हाक मारली,

"मदांण्णा! ओडू ओडू.. धाव रे, उरू पिसाटून राह्यला की रे.. यल्ला बागला, मुच्चू.. किली हाके बीडू... पळ, सगळं जाळून टाकायलेत की रे!"

"धन्यार, ओडरी ओडरी ...."

अंबईनं आम्हा मुलींना पोटाशी घेतलं होतं. आम्ही सात जणी तिला घट्ट बिलगलो होतो. बाहेर गावातल्या शेतकऱ्यांनी कहर मांडला होता. इंग्रजांचे शिपाई त्यांना मदत करत होते. आम्ही घाबरलो होतो. देवाजी वाडाभर हात पसरून धावत होते. पण.... ! आता वाडाभर आगीचं साम्राज्य होतं. देवाजी वायकोंडा जहागिरदार आमराईकर- त्यांनासुद्धा आग जुमानत नव्हती.

"अंबईअक्का निघून सोडा की हो ... आता इथे काही नाही राहून सोडणार ... जीव वाचवून सोडा की.. जा ... मी असतो इथे. मी बघून सोडतो इथे... जा बाई जा. लेकींना घेऊन जा बाई....."

मदांण्णा पुन्हा पुन्हा सांगत राहिला आणि आपण सगळे वाड्याच्या मागच्या दारातून निघून गेलो. पळालोच. माण नदीवर देवाजींनी बांधलेल्या साकवावरून पैलतीरी गेलो तेव्हा जरा दम घेतला. आणि दुरूनही वाडा जळताना दिसत होता. लाल, पिवळ्या ज्वाळा जणू आमचं मन भाजून, करपवून टाकत होत्या. वाडा आणि आमराई कायमचं दुरावलं. ते अगदी आजपर्यंत!"

क्षिप्रा खोलीवर आली. अगदी थकून. विचारांच्या ओझ्यानं पार दबून गेल्यासारखी. चूळ भरून तिनं स्वतःला झोकून दिलं. डोळे मिटले. पण मिटल्या डोळ्यांपुढे तर सर्व जास्तच प्रत्यक्ष होऊ लागलं. तिनं खाड्कन डोळे उघडले. नाहीच मिटायचे डोळे असं तिनं ठरवलं. जरा शांत झाली. मग अजून शांत, आणि अजून शांत.

तिला एक वाड्यातली शांत दुपार आठवली. ती झुल्यावर खेळत होती. आणि अचानक देवाजींचा ओरडण्याचा आवाज आला.

"खोटं बोलून सोडतो का रे तू?"

"नाही धन्यार, चोरी करून सोडलो नाही. सगळं इथंच देऊन सोडलोय धान्य."

"मुनीम, याचा हिशेब सांगून टाका आणि कागद द्या त्याला. घरावर जप्ती काढा."

"नको धन्यार, लहान पोरं राहून सोडलीत घरात. कुठं जाऊन सोडू त्यांना घेऊन?"

"तर मग जा आणि ते धान आणून सोड वाड्यावर."

"माफी धन्यार माफी."

"पोरं उपाशी राहून सोडतील माझी. द्या गरीबाले धान"

"मग पैसे टाक"

'......'

"बैल आणून सोड इथे"

"मग शेत कसं राखू?"

"ते काही नाही, बैल दे नाही तर धान दे, नाही तर पैसे दे"

"धान देऊन सोडतो"

"जा तर"

तेव्हढ्यात अंबई आली. आपल्याला तिथे बघून ओरडली. "तू इथे काय करत्येस? जा झुल्यावर," असं म्हणाली होती, आणि आपल्याला त्या माणसाची दया येत होती.

अंबईला बाळ होणार होतं. या बाळाआधी तिला एक मुलगा होता. आपला भाऊ. एकच. कोण आनंद झाला होता वाड्यावर. वाडा नुसता सजला होता. त्या बाळाच्या खोलीत कुणालाही जायला परवानगी नव्हती. अंदाला हात लावायची परवानगी नव्हती. आणि सारस्वतीला तर त्या भागातही जायची परवानगी नव्हती. गीराच तेवढी जायची आणि अंबईचं आणि बाळाचं सर्व काही करायची. देवाजी जायचे दिवसातून दोनदा. आणि प्रत्येक वेळी जाऊन आले की अंघोळ करायचे. असं का? ते काही आपल्याला समजायचं नाही. देवाजी त्या बाळाला जवळ घ्यायचे तर मला फार वाईट वाटायचं. आम्हा मुलींना त्यांनी असं कधीच जवळ घेतलं नव्हतं.

मुलगा झाला, घराण्याला वारस मिळाला म्हणून अगदी दिंडीदरवाज्यापासून ते परसदारापर्यंत संपूर्ण वाडा रोषणाईने झगमगत होता. देवाजी वायकोंडा जहागिरदार आमराईकर ह्यांना पुत्ररत्न झालेलं होतं!

मोठ्ठं थाटात बारसं झालं. बाळ सोन्यानं मढलं होतं. आम्हालाही खूप दागिने आणि नवे कपडे मिळाले होते. पूर्ण आमराई दोन दिवस मेजवानी झोडत होती वाड्यावर.

बारशाच्या दिवशी अंबई प्रथमच खोलीबाहेर आली. आम्हा मुलींना पूर्ण

दिसली. जराशी थकली होती का? हातांच्या पाळण्यात बाळ होतं. आणि अंबई केसांपासून ते पायापर्यंत सोन्यानं जड झाली होती. सोन्याच्या कड्या बसवलेला सागवानी पाळणा आतल्या चौकोनी अंगणात मध्यावर बसवला होता. खास बाळासाठी तयार केलेला. मऊ मुलायम गादी आणि छोटुसे तक्के पाळण्यात ठेवले होते. आम्ही सगळ्या जणी पाळण्याभोवती जमा झालो होतो. अंबईनं तेवढ्या वेळातही आमच्या चेहऱ्यावरून हात फिरवून बोटं कानांवर मोडली. आम्ही हसलो. मग पाळणा गायला गेला. सनई सुरू झाली. अरे हो! त्या आधी तुतारी वाजली होती, अत्तराचा घमघमाट होता, आणि फुलांचा वर्षाव. मदांण्णाही नटला होता. नवीन फेटा बांधून घेतला होता. आला गेला बघत होता.

बालार्क! बाळाचं नाव बालार्क ठेवलं गेलं. पुन्हा तुतारी वाजली आणि सनई चौघडा वाजू लागला. पेढे आणि पान-सुपारी वाटली गेली. पंगतीवर पंगती उठत होत्या. देवाजींना पुत्ररत्न झालं होतं.

बालार्क म्हणजे उगवता सूर्य. जहागिरदार घराण्याचा उगवता सूर्य. पण मग अचानक मावळला कसा? काही तरी बिनसलं. आणि बालार्क आजारी पडला. वैद्य झाले, इंग्रज वैद्य झाले, उपास झाले, हकीम येऊन गेले, साकडं घातलं गेलं. देव पाण्यात राहिले. नवस बोलून झाले, पण......

''बालार्क...''म्हणून अंबईने फोडलेला हंबरडा आजही कानात घुमतो आहे.

आणि सारस्वती बडबडत राहिली, 'मी नाही हो हात लावला, मी नाही हो आले कुठे मध्ये......तरी गेला कसा?' आणि अंबई बेभान, बालार्कला घट्ट धरून राहिलेली, सारखी पदराखाली घेणारी.

तो अंबईचा आक्रोश आजही त्या तुटक्या दगडी भिंतीमध्ये अडकून राहिला आहे. प्रत्येक फटीत, त्या जळक्या अर्ध्यामुर्ध्या खोडामध्ये. त्या उखडलेल्या जमिनीत.. बालार्क!

क्षिप्राला पहाटेच जाग आली. आज अवंती येणार म्हणून तिला उत्साह वाटत होता. कालची मरगळ कुठल्या कुठे पळाली होती. मनसोक्त अंघोळ करून ती तयार झाली. मग पोटपूजा केली तसा तिचा आत्मा तृप्त झाला.

आत्मा ! खरंच असतो का? अंबईचा आत्मा असेल? त्या वाड्यात भटकत असेल का? त्या आत्म्याला नवीन शरीर मिळालं असेल? आणि जर वाड्यातच असेल तर तो आपल्याला जाणवेल का? वाडा तर पडणार; मग त्या आत्म्याचं काय होईल...आपल्या सर्व लेकींना एकत्र बघून.. तेही वाड्यात,

तो आत्मा सुखावेल? तिचं ते आवडतं तुळशी वृंदावन! पार कोलमडलंय आता. ते पुन्हा जमीनदोस्त होण्याअगोदर बांधून घ्यावं का? चोवीस तास जळणारी ती ज्योत, तिथेच कोनाड्यात तेलाची चांदीची बुंदली ठेवलेली असायची. गिरा जाता येता तेल बघायची समईतलं, ती समई कधी विझू दिली नाही अंबईनं. अंबईचं लक्ष असायचं; पण कधी सोयर असायचं तर कधी ती बाहेरची असायची. दोहोंपैकी एक काहीतरी असायचंच. दीड-दोन वर्षाचं अंतर असलेल्या आम्ही सगळ्या जणी. फक्त कारी आणि नंदामध्ये तीन वर्षांचं अंतर आहे. एक बहीण होती आपली, चक्रिका नावाची. ती झाली आणि एक वर्षाची होऊन गेली. आपल्याला ती माहित नाही. पण अवंती, नंदा सांगतात तिच्याबद्दल. खूप सुंदर होती म्हणे. गोरी गोरी आणि निळे डोळे असलेली... खळी पडायची तिच्या गालांना. ती गेली तेव्हा अंबई खूप रडली होती. देवाजी म्हणाले होते म्हणे की 'आहेत ना या तीन तीन मुली? मुलगा मेल्यासारख्या का रडताय?' आणि लगेचच अंबई पुन्हा गरोदर राहिली होती. इंदाक्का नंदाला तिची एक आठवण सांगायची नेहमी. ती आठवण नंदा आजही सांगते. चक्रिकाला ती आणि इंदाक्का खेळवत होत्या. अंबईच्या मांडीवर होती ती. कुठूनसे देवाजी आले आणि त्यांनी अंबईला आत यायला सांगितलं. अंबई 'नको' म्हणाली. 'मुली खेळत आहेत,' असंही म्हणाली. तसे देवाजी चिडले. म्हणाले, तुम्ही येऊन राहताय की आम्ही गिराला बोलवावं? चक्रिकाला खाली ठेवून अंबई देवाजींच्या मागोमाग गेली होती. ....आणि मग पुन्हा पुन्हा.....

क्षिप्रा भानावर आली. अंगावर सरसरून फुललेल्या काट्यावरून तिने हात फिरवला. तिने घड्याळाकडे नजर टाकली. अजून दोन तास होते अवंतीला यायला. तोपर्यंत भद्राकडे जाऊन यावं, असं म्हणून ती निघाली.

"भद्रा"

"हेगे इद्दी?"

"चन्नाग. मी ठीक आहे. भद्रा मला एक गवंडी हवा. आणि त्याआधी वाड्याच्या जागेवर कोण इमारत बांधणार आहे त्या बिल्डरचं नाव हवं."

"का गं? काय करून सोडतेयस तू?"

"मला ते मोडलेलं तुळशी वृंदावन बांधायचं आहे."

"निनगे अर्थ वागुता?"

"ननगे अर्थवागुदुल्ला... नाही कळत मला काही. मला एकच माहीत आहे, वाडा पडण्याआधी एकदा तरी अंबईला तिचं तुळशी वृंदावन मला पहिल्यासारखं भेट म्हणून करून द्यायचं आहे. वेडेपणा म्हण माझा हवा तर; पण मला तो करायचा आहे."

"आमराईत कुणाला माहीत नाही की तू देवाजी जहागिरदारांची मुलगी आहेस म्हणून. नाहीतर तुला राहून सोडता येणार नाही इथे."

"आजही? हो, तू मला म्हणाला होतास, पण म्हणून मी माझ्याच वास्तूमध्ये शेवटची एक इच्छा पूर्ण नाही करू शकत?"

"क्षिप्रा, कशाला पुन्हा सर्व उकरून काढून सोडतेस गं? आलीस, चांगली राहून सोड... इथे येऊन सोड, पण ...."

"नाव सांगशील त्या बिल्डरचं?

"रातराणी बिल्डर्स. देवगावला असतो. माझ्याकडे फोन नंबर आहे त्यांचा. घे लिहून. पण तरी नको काही करून सोडूस."

"भद्रा, आयुष्य गेलं सगळं, आता भीती कशाची? मरणाची भीती तर कधीच नव्हती, आणि तरी एवढी जगले. खूप जगले. मरण असतं तर जेव्हा वाड्याला आग लावली गेली तेव्हाच मेलो असतो सगळे. मदांण्णानं जगवलं. तो गेला आणि त्याला अग्नीही नाही देऊ शकलो. अर्थात वेगळा अग्नी काय देणार? अग्नीनं स्वतःनंच त्याला देऊ केलं! मी निघते आता. अवंती येणार आहे, तिला स्टँडवर घ्यायला जायचंय."

भद्रा तिच्या पाठमोऱ्या आकृतीकडे बघत राहिला. त्याला ती लहानपणीची आठवली. जिद्दी, हुशार, खेळकर, तिचे मोठ्ठे केस, तिचं ऐटीत असणं... आणि आपण जरा डोक्यानं कमी; पण ती अभ्यासात मदत करायची. अवघा कळत्या वयातला चार-पाच वर्षांचा काळ. देवाजींना आवडायचं नाही मुलींनी गावातल्या कुणाशीही बोललेलं; पण ही बोलायची, खेळायला वाड्यावर बोलवायची. देवाजी नसतील तर तोही जायचा वाड्यावर. अंबई मग त्यांना खाऊ द्यायची. पण मग सगळं उलटपालट झालं. गावकऱ्यांना इंग्रजांची साथ मिळाली. त्यांनाही ही जमीनदारी नष्ट करायचीच होती. भद्रा तेव्हा लहानच होता. पण जरा मोठा झाल्यावर त्याला सर्व समजू लागलं. गाव अजूनही जमीनदार आणि त्यांनी केलेले अत्याचार याबद्दल बोलतात. एकच तर पिढी लोटली होती. वर्षानुवर्षांचे घाव इतक्या सहजी बुजणारे नव्हते. न राहवून त्यानं क्षिप्राला हाक मारली, आणि पुन्हा बोलावून घेतलं.

"काय रे?"

"क्षिप्रा, तुला माहीत आहे का, की तुम्ही गाव सोडून जाऊन राहिलात आणि सुकाण्णा अप्पा इथंच राहिला. आणि मग......."

"हो. मला माहीत नाही असं कसं होणार भद्रा? मी काहीही विसरलेले नाही.'

"आणि तरी तू?..."

''प्रयत्न करणार भद्रा. जास्तीत जास्त काय होईल? नकार मिळेल. माझी नकाराला पण तयारी आहे. पण प्रयत्न केलाच नाही, असं व्हायला नको. तू नको काळजी करूस. येते मी.''

भद्रा काय सांगत होता हे तिला समजलं होतं, आणि निदान त्याच्याकडून ते सार ऐकायची तिची तयारी नव्हती... इच्छाही नव्हती. पण इच्छा असो नसो- गोष्टी एकदा आठवायला लागल्या की त्या थांबवू म्हटलं तरी थांबत नाहीत. मग अशा वेळेला एकच उपाय, येऊ द्याव्यात. अनेक संत असं सांगतात की विचारांना थांबवण्याचा प्रयत्न केला की ते दुपटीनं उफाळून येतात. त्यापेक्षा त्यांना येऊ द्यावं आणि जाऊ द्यावं.

ती मात्र आटोकाट प्रयत्न करत होती, नको तो सुकाण्णाकाका. पण.....

आमराईतून रातोतात पळ काढावा लागला होता- नेसत्या वस्त्रानिशी. पैसा, सोनं नाणं, कपडालत्ता, आणि बालपण, सगळं वाड्यातच राहिलं. पुन्हा वळून बघितलंही नव्हतं. कोण कोण आलं, कोण मागे राहिलं. इतक्या माणसांचा संसार! नोकरचाकर, सगेसोयरे! प्रत्येक जण स्वतःला वाचवत होतं. मुसू होती अंबईचा हात धरून, आणि आम्ही बाकीच्या एकमेकींचा हात धरून. साकव पार केला, ठेचकाळत, अडखळत, पायांना दगड टोचत होते, रानटी झुडपं ओरखडे काढत होती. आणि आम्ही पळत होतो. पोचलो होतो कुठेतरी. कोणता परिसर होता? कुठलं गाव? कधी आमराईबाहेर गेलोच नव्हतो, तर समजणार तरी कसं? लपत छपत पोचलो होतो. आणि एका घरानं परसदारी आश्रय दिला. थकव्याची रात्र. कधीही न संपणारी. हा रस्ताही संपत नाहीये. किती दूर आहे अजून स्टँड? एसटी आली असेल का? अवंती वाट बघत असेल. छे! उगीच गेलो भद्राकडे.

क्षिप्राने चाल वाढवली. तिला आता लवकरात लवकर पोचायचं होतं. घसा सुकला होता, पण पाणी नव्हतं. तरी माऊ नेहमी सांगते तिला की 'आई एक छोटीशी पाण्याची बाटली ठेवत जा नेहमी.' तिला ते आत्ता आठवलं. ती घाईघाईने पोचली आणि समजलं अजून एसटी आलेली नाही. तिला बरं वाटलं. पाण्याची बाटली विकत घेतली आणि शांतपणे बाकावर बसून घोट घोट पाणी पीत राहिली. कधी कधी गाड्या वेळेवर येत नाहीत हे फायद्याचं ठरत, असं तिला वाटलं.

'आपली गाडी तिथेच राहिली वाड्यावर. उमदे बैल तेही! त्यांचं काय झालं? कुणी पळवले की... नको, ते मुके जीव. त्यांनी कुठलं पाप केलं होतं? पण जमावाला अक्कल नसते. एखाद्याचा वचपा काढायचा म्हटल्यावर त्या माणसाच्या

बाबतीतली प्रत्येक गोष्ट उद्ध्वस्त केली जाते. माणसालाही सोडत नाहीत! अर्थात माणसांमुळेच तर बिथरतात...

पण सुकाण्णनं काय केलं होतं? असेलही काही, अथवा नसेलही. तो जमीनदार होता इतकंच पुरेसं होतं. कुणीतरी ओरडत होतं. देवाजी आहेत का इथे? आमराईचे? पूर्ण गाव शोधून सोडलोय. कुणी तरी सांगून सोडा की, आहेत का देवाजी इथे कुठे? आमराईकर जहागिरदार?

देवाजी धावले बाहेर- "मी देवाजी. कोण तू?"

"मी आमराईकडून येऊन सोडलो बघा, तर वेशीवर काय प्रकार चालला होता तसा थांबून सोडलो. बघतो तर एका माणसाला जमिनीत पुरला होता अगदी गळ्यापर्यंत. आणि त्याचं नाक कापून राहिले नं लोक. आणि सांगून सोडू काय? त्याच्या कापलेल्या नाकावर मूत सोडून राहिले की सगळे. तसा मी घाबरून विचारून सोडलो की बाबा कोण हा? तर कुणी बोलून सोडलं की हा इथला जहागिरदार. भारी सतावून सोडून राहिले हे जहागिरदार. आता नाही खपवून घेणार. आमचं सगळं लुटून राहिले हे कित्तीक, आणि वर नाक करून तोरा दाखवून राहिले, म्हणून नाकच कापून सोडलंय बघ आणि तू कोण रे? कुठून येऊन राहिला? आमराईचा दिसत नाही. तसा मी बोलून सोडलो, की 'नाही, पाव्हणा आहे. जातोय परत.' तशी ते म्हणून सोडले, 'वाटेत दिसला जर तो देवाजी तर त्याला सांगून सोड की हा इथे सुकाण्णा मातीत पुरून सोडलाय आणि नाक कापून सोडलंय' आणि सगळे हसू लागले की!

देवाजी धावत सुटले होते. आणि दुपारला सुकाण्णाला घेऊन आले. लाजेने त्याची मान खाली होती. तो कुणाला तोंड दाखवायला तयार नव्हता. कसं तरी त्याला खाऊ घातलं आणि झोपायला लावलं. देवाजी फक्त गळून गेले होते. त्यांनी ना आरडाओरडा केला, ना काही म्हटलं. गप्प बसून राहिले. सगळं गाव एक झालं होतं आणि इंग्रज सरकारही त्यांना सामील होतं. मदत मिळण्याची आशा नव्हतीच. आणि त्या क्षणी ताकदही नव्हती. ना पैशांची, ना शरीराची, ना मनाची. रात्री काळोखाचा आधार घेऊन सुकाण्णा पळाला. कुठे ते माहीत नाही. आता तरी असेल का जिवंत? असला तर जक्ख म्हातारा असेल. कुठे.....'

"अग, लक्षं कुठे आहे तुझं"

"अवंती? आलीस?"

"दोनदा हाक मारली. पण .. घे सामान, हात दुखले माझे."

"घेते. इतकं सामान कशाला? काय काय आणलं आहेस एवढं?"

"इथेच बोलत बसणार आहेस का?

"चल"

"लांब आहे? मला चालवणार नाही बाई"

"ते बघ. समोरचं हॉटेल. तिथेच जायचं आहे."

"छान"

दोघी हॉटेलकडे निघाल्या. छोटीशी पण छान खोली बघून अवंतीला बरं वाटलं. ती फ्रेश झाली.

"ती पिशवी उघड. त्यात खायला आणलंय. तुझ्या आवडीचं. दाणे आणि फुटाणे, आणि गूळ."

"अवंती, गूळ?"

"आता लहानपणात जायचं तर खाऊसुद्धा लहानपणातला हवा ना?"

"घेते."

"कोण कोण येणार आहे?

"सगळ्या येणार आहेत. कालच माऊचा फोन आला होता. किती छान वाटलं सांगू तुला...किती वर्षांनंतर आपण एकत्र येणार आहोत...! भद्रा भेटला मला. आठवतो ना? हुशार झाला आहे. लहानपणी जरा कमी होता ना डोक्याने...आणि अप्पा आहेत अजून. त्याची बायको, मुलगी छान आहे. अजून कुणी नाही दिसलं गं ओळखीचं. अर्थात कसं दिसणार? आणि ओळखता तरी कसं येणार? नाही का? पण वाडा ..मी लहान होते नाही अगदीच...पण ती आग आठवते मला..कधी झोपेत दचकून जागी होते...अंबई खूप नाही आठवत... पण अंधूक एक चित्र आहे माझ्या डोळ्यांसमोर तिचं. मनानं रचलेलं. हं! आता सांग, ते चित्र तसंच राहणार; कारण खरी अंबई दिसणारच नाहीये."

"काय खूळ काढलं आहेस हे? काय आलंय मनात असं? काय हे?" आणि किती बोलत्येस?

"............"

"क्षिप्रा, रडत्येस? घे रडून घे, बरं वाटेल. किती दिवस हे ओझं घेऊन हिंडत आहेस? कशासाठी? ये, जवळ ये अशी."

"आवू, अंबई फार आठवते गं. गेले दोन दिवस एकटीच वणवण फिरत होते. वाड्यावर गेले होते. वाडा अगदी उद्ध्वस्त झाला आहे. काही नाही राहिलं गं. आणि अंबईचं तुळशी वृंदावन! ते तर अगदीच.. "

"मी बघितला आहे वाडा. अंबई नंतरच्या काळात भ्रमिष्ट झाली होती....ती..."

"आवू अंबईचं तुळशी वृंदावन तुटलं आहे. ते पुन्हा बांधायचं आहे. अंबईच्या वाढदिवसाला तुळस लावायची आणि दिवाही. शंभर वर्षं!"

"क्षिप्रा, कोण जाणे किती वर्षं ते. शंभरच, हे तू कसं काय म्हणू शकतेस? कुणाला माहीत तिचं वय? आपल्या जन्मतारखा तरी माहीत

आहेत का नक्की? तुझी, मुसूची, नाईजाची माहीत आहे; कारण तोपर्यंत कायदा आला होता तसा. शाळेत भरती करताना जन्माचा दाखला दाखवायला लागायचा म्हणून. नाही तर तुमच्याही जन्मतारखा नसत्या. ...आणि तू अंबईची शंभरी साजरी करते आहेस. मी आले कारण हे एक निमित्त होतं, सर्वांना एकत्र येण्यासाठी, तू शोधलेलं. आता किती काळ कोण जगेल काही सांगता येत नाही. म्हणून म्हटलं येते आणि आले. इतकंच.''

''वाडा पडणार आहे आता. देवगावच्या कुणा बिल्डरनं घेतला आहे म्हणे. तो पाडायच्या अगोदर एकदा तरी तिथे तुळस लावायची आहे. पण... आवू, तुला सांगू.. आजही, कुणी नुस्तं जहागिरदार म्हटलं ना की तिरस्कार करतात. आजही.''

''करणारच. काही कमी अत्याचार नाही केलेत त्या काळात. झालेला अन्याय सहजासहजी नाही विसरला जात. तो एका पिढीतून दुसऱ्या पिढीच्या रक्तातून वाहत राहतो. म्हणूनच तुला विचारत्ये की कशाला हा खटाटोप? आपण आपल्या जन्मगावी भेटतो आहोत, हेच खूप आहे. नको त्या वाड्याच्या मागे लागूस.''

''वय वाढत चाललंय ना ... भूतकाळ ताजा होतो आहे. आणि तू मघाशी म्हणालीस ना की अंबईचं वय ... मी केला ना हिशोब.. बघ.. इंदाक्काचं वय, मग तू आणि तुझ्यानंतर नंदा...''

''राहू दे हिशोब. तो चुकतोय असं वाटलं तर हाही आनंद हरवून जाईल. आणि तेव्हा तर एकच माहीत होतं. अंबईची एक तर पाळी तरी चालू असायची अथवा तिला दिवस तरी गेलेले असायचे. नंतर तर ती जरा भ्रमिष्ट झाली म्हणून जरा तरी सुटका, पण जेव्हा बरी असायची, जाणिवेत असायची, तेव्हा देवाजी आणि ती त्यांची खोली आणि अंबईला आतून दिली जाणारी हाक... आणि मग अंबईचं घाबरणं , तरीही जाणं. पोटुशी असतानाही सुटका नव्हती तिची त्या दिव्यातून. बलात्काराच तो. कायदेशीर बलात्कार. एकदा नाही, दोनदा नाही, तीन तीनदा. सुटली बिचारी.''

''कांचनगाववरून आमराईत एकटीच गेली ना, तेव्हा भ्रमात होती ना...''

''हो. तिला सारखं वाटायचं, आपलं घर आहे तिथे. ते सोडून इथे का राहतो आपण? घरी जायचं. गिरा वाट बघत असेल. मदांण्णा येत असेल शेतावरून. सर्व धान्य नीट लावून घ्यायला हवं....... तसं तर तिला जवळ जवळ कोंडूनच ठेवत होते देवाजी; पण तरी एका रात्री दार उघडं राहिलं आणि ती निघाली. तिला बाकी समजत नव्हतं; पण ती वाड्यात बरोबर पोचली. हे कसं गं? दुसऱ्या दिवशी तुळशी वृंदावनपाशी तिचं कलेवर मिळालं. तू लहान होतीस. तुला नाही

दाखवलं अंबईला शेवटचं. मुसूलाही नाही. आणि मुलींना सांभाळायला म्हणून देवाजींनी दुसरं लग्न केलं. आपल्याला आई मिळावी म्हणून. आपल्याला आई तर नाही मिळाली; पण देवाजींना भोगण्यासाठी एक बाई मिळाली, कायद्यानं.''

''असं का बोलत्येस आवू.''

''खरं बोलत्ये क्षिप्रा. आता तूच खोदकामाला सुरुवात केली आहेस, तर लक्षात ठेव त्यातून हिरे, माणकं नाही मिळणार आहेत. दगडधोंडे आणि कुबट चिखलच मिळणार आहे. आता तूच ठराव. खोदायचं की थांबायचं?''

''आवू...''

''अंबईचं भूत त्या वाड्यात राहतं, अशी आवई उठली नंतर. वाड्याकडे तसंही कुणी फिरकत नसावं; पण नंतर तर कुणीच येईना. आणि तसाही वाडा पार लुटून झाला होता ना. संपला संबंध वाड्याशी.''

दोघी गप्प झाल्या. सुन्न झाल्या. क्षिप्राला वाटू लागलं, खरंच का हे विनाकारण खोदणं चालू केलं आहे? पण एकदा तरी खऱ्या इतिहासाला, भूतकाळाला सामोरं जायला हवं ना? ते ओझं उतरवून टाकायला हवं आणि सर्व स्वच्छ व्हायला हवं. रात्र चढत होती. हॉटेलमधल्या खोलीतल्या खिडकीतून चंद्रकोर डोकावत होती. आज क्षिप्राला अवंतीची सोबत होती. म्हणूनच कदाचित तिला गाढ झोप लागली होती. अवंती मात्र जागी होती. मनाच्या खोल कोपऱ्यात काही होतं साठलेलं जे आता वर येऊ बघत होतं. तिला जाणवलं, की तीसुद्धा या काळाच्या प्रवाहात खूप पुढे तर निघून आली आहे, पण तरी काही तरी मागे राहिलं होतं जे आता फिरून समोर येत आहे.

'म्हणजे उरलंच आहे की बाकी. क्षिप्रा म्हणते तसं, देणं देऊन टाकायला हवं. पण म्हणून भान हरपून चालणार नाही. आपण आणि इंदाक्कानं खूप सहन केलं. ती गेली. सुटली. तसं तर तिचं लग्न ठरलं तेव्हाही वाटलंच होतं की ती सुटली; पण नाही. ती सुटका नव्हती. ते तर वेगळ्या तऱ्हेचं अडकणं होतं. खरं तर ती हुशार होती. देवाजींनी लक्ष दिलं असतं तर चांगली शिकली असती. पण उठाव झाला आणि सगळं सोडून पळून जावं लागलं. नंतर तरी काही त्यांनी केलं असतं तर अशी अवस्था नसती आली सगळ्या जणींवर. फक्त भांडत बसून पोट भरत नाही. वर्ष वर्ष कोर्टकचेरीत घालवली; पण हाती काही लागलं नाही. कित्ती रात्री उपाशी राहिलो. आणि पैसे मिळवण्यासाठी काय काय केलं.

आणि सावत्र आई घरात आली. मग तिलाही मुलं होत राहिली. तीनही मुलीच. मुलगेही झाले तिला; पण जगले नाहीत. आणि तिचा संसार वेगळा होता. ती आणि तिच्या मुली भाड्याच्या वाड्यातल्या दुसऱ्या खोलीमध्ये राहायच्या आणि आपण सगळ्या दुसऱ्या खोलीमध्ये. घराण्याला वारस नाहीच मिळाला. तो शाप खरा झाला.'

"का गं? जागी आहेस?"

"हं. झोप आताशा जरा कमीच लागते. वय वाढलं की झोपेशी नातं कमी होतं आणि भूतकाळाशी वाढतं."

"काय आठवतंय?"

"सगळंच. तुकड्या तुकड्यानं. कधी हा तुकडा, तर कधी तो तुकडा. एकेक कवडसा"

"बोल"

"झोप तू. शांत झोपली होतीस, छान वाटत होतं बघून."

"झाली झोप माझी आवू. खूप शांत होती, हे अगदी खरं. बोल"

"काही नाही गं. असंच, मागचं काही बाही"

"वाडा आठवतोय?"

"हं. आणि वाड्याला मिळालेला शापही...."

"शाप?"

"माहीत आहे ना तुला सगळं. कशाला उच्चार करायचा?"

"मोकळं होण्यासाठी. इतक्या वर्षांत काही माहीत नाही, असं काही उरलंय का आवू?"

"कुणास ठाऊक! प्रत्येक जण काही ना काही बाकी ठेवतोच."

"शाप ? सांग. कदाचित त्यात काही तरी बाकी असेल."

"तुला काशीबाई माहीत नाही. म्हणजे मलाही नाही माहीत. पण तिच्याबद्दल खूप ऐकलं आहे ना आपण."

"हो. तिनंच शाप दिला होता ना की जहागिरदार घराण्याचा निर्वंश होईल म्हणून?"

"तो शाप आपल्या आजोबांना दिला होता- दत्तक आजोबांना. म्हणजे शंकर आजोबांना. आपले खरे आजोबा ....तात्या."

"बरोबर. सुकाण्णा आणि गुंडाप्पा आणि वायकोंडा हे तिघं सख्खे भाऊ. आणि शंकर आजोबांनी वायकोंडांना दत्तक घेतलं."

“रीत होती ना की दत्तक घ्यायचं तर सर्वांत लहान मूल घ्यायचं?”

“होय. आणि म्हणूनच सुकाण्णा आणि गुंडाप्पा भांडले होते की आम्हाला दत्तक का नाही दिलं?”

“कारण शंकर आजोबा सर्वांत श्रीमंत होते. संपूर्ण मालमत्तेच्या भागीदारीत शंकर आजोबांचा वाटा सर्वांत जास्त होता. आणि त्यांना शाप दिला होता की त्यांचा निर्वंश होईल. कारण माहीत आहे ना?”

“एका शेतकामागाराची मजुरी दिली नाही. त्याचा मुलगा आजारी होता तर त्याला औषधपाणी करता आलं नाही आणि त्यामुळे तो वारला.”

“हो हे खरं आहे; पण ते इतकंच नाहीये.”

“मग?”

“शंकर आजोबांनी त्यांच्या रगेल रंगेल वृत्तीमुळे हा शाप ओढवून घेतला होता. शेतावर घर होतं बघ...”

“हं”

“शंकर आजोबा देखणे, अमाप पैसा, हुकूमत आणि कुणाचा धरबंद नाही... त्यांनी त्या शेतातल्या घरात तिला फसवून बोलावून घेतलं. पैसा देतो असं सांगून आणि तिच्यावर बलात्कार केला, आणि वर पैसे दिले नाहीत ते नाहीच. आणि तीन दिवसांनीच तिचं बाळ म्हणजे तो मुलगा वारला. त्या मुलाचं प्रेत हातात घेऊन वाड्यावर आली होती आणि दिंडी दरवाज्यात उभं राहून तिनं आकांत केला. तिचं दुःख शब्दांतून वाहत होतं. बोलत राहिली सर्व काही. बाळाच्या औषधासाठी तिनं तिचं शील गहाण टाकलं होतं. हे संपूर्ण गावाला समजलं. आणि ऊर बडवत होती आणि तिच्या आक्रोशानं तिला बघणाऱ्याची छाती पिळवटून जात होती. ती म्हणाली, “तुला कधीही पोर होणार नाही. तुझी बायको वांझोटी राहील.” आणि ते खरं झालं. शंकर आजोबांना मूल नाही झालं. शेवटी मणिशंकरना दत्तक घेतलं. पण तिचा शाप पुढेही शापित राहिला. मणिशंकरनी दोन लग्नं केली; पण एकीलाही मुलगा झाला नाही. मुलगा होऊन जगला नाही. बालार्क झाला आणि हां हां म्हणता गेलासुद्धा. अंबईचा तो आक्रोश आजही क्वचित कानात येतो.”

“आवू....”

“हे असं आहे बघ सगळं. आणि अजूनही असेल खूप काही....”

“सारस्वती...”

“तिचं तर आयुष्यच विचित्र. राब राब राबली आपल्या वाड्यावर. जाणार तरी कुठे? गुंडाप्पा गेला आणि मागे राहिली वासंतीकाकू आणि तिचा पोरगा गणेश. गणेशची बायको ती सारस्वती.”

"हो. माहीत आहे. त्या काळात नवरा मरणं म्हणजे गुन्हेगार त्याची बायकोच. तिचा पायगुण. आता काही अनिष्ट झालं तरी त्याला पायगुण कसं म्हणायचं? गुण हा गुणच. अवगुण कसा? असं म्हणायला हवं की अवगुणी पाय. तरी पोर झालं, त्याचं लग्न झालं. आणि सूनही गुणाची मिळाली. पण नंतर सासरा वारला तर सुनेला दोष देण्यात काय मतलब?"

"हे असंच असतं. त्या काळात तर फार होतं. आणि आजही नाही आहे असं म्हणता येणार नाही. काही आहेत अजूनही असे, सर्व दोष सुनेला देणारे."

"पण सारस्वतीचंही चुकलच ना? वाढायचं होतं तूप वासंतीकाकूच्या पानात जास्तीचं. काय बिघडलं असतं? आणि एवढं दूधदुभतं होतं ना घरात! मग? कशाला बोलायचं की आता तुम्हाला बोडकीला साजूक तूप खाऊन काय करायचंय?"

"चुकलं खरं तिचं. पण ती तरी काय करणार? तिनं वाढायला घेतलं की शंकर आजोबा रोखून बघायचे तिच्याकडे. आता शंकर आजोबांना तरी काय करायचं होतं? मागे परसदारी बसायची ती जेवायला. तर सगळं सोडून ते आपले तिथे घुटमळत राहायचे. जसं सारस्वती असं म्हणाली, वासंतीकाकू म्हणाली- 'घे, नाही जेवणार यापुढे; आणि अश्शी जाते अंबाबाईच्या देवळात आणि साकडं घालते तिला- जोपर्यंत तू माझ्यासारखी बोडकी होत नाहीस तोपर्यंत मी अन्न ग्रहण करणार नाही."

"कल्पना कर क्षिप्रा, आपल्या सुनेला अद्दल घडवण्यासाठी एक सासू स्वतःच्या मुलाच्या मृत्यूची याचना करते अंबाबाईच्या देवळात. कुणाला खरं वाटेल का हे? पण आहे खरं. आणि झालंही खरं. साधं तापाचं निमित्त होऊन गणेश गेला, वारला, मेला. त्याचं प्रेत जेव्हा अंबाबाईच्या देवळावरून गेलं, ते तिनं पाहिलं आणि मगच आली वाड्यात परतून. त्यानंतर तिनं सारस्वतीला जेवायला बसवलं. नुकतच तिचं वपन केल होतं. आलवण नेसवलं होतं, आणि अशा तिला जबरदस्तीनं तिची सासू जेवायला लावत होती आणि म्हणाली की आता तुला साजूक तुपाची गरज नाही. आता आपला हिशेब बरोबर झाला. आणि त्यानंतर काकूनं हंबरडा फोडला, छाती पिटून घेतली. आणि शांत होऊन झोपी गेली. तेव्हापासून सारस्वती आपल्या वाड्यात राहिली ती अगदी शेवटपर्यंत.

दर पंधरा दिवसांनी येणाऱ्या हजामाची ती आतुरतेनं वाट बघायची. एकदा मला म्हणालीही होती, 'बरं वाटून राहतं बघ, जरा अंगाला हात लागतो गं पुरुषाचा.' देवाजींना माहीत असणार हे. म्हणूनच ते कधी परसदारी जात नसत तो आला की. आणि ते कुणाला जाऊही देत नसत."

क्षिप्रा गप्प झाली. हे इतकं खोल तिला माहीत नव्हतं. शरीराची भूक माहीत होती; पण शरीरासाठी लाचारी माहीत नव्हती. इतकं दीन व्हायला होतं? मग त्यासाठी न्हावीसुद्धा चालतो?

"झोपलीस का गं?"

क्षिप्रा जागी होती; पण तिला आता हुंकार द्यावासा वाटेना. अवंतीने खिडकी बाहेर बघितलं. चंद्रकोर दिसेनाशी झाली होती. फिकट पांढरा, करडा रंग जागा होताना दिसत होता. रात्र सरत होती. पहाटेचा हलकासा गारवा खिडकीतून डोकावत होता. अवंतीनं जड होऊन पापण्या मिटल्या. त्या खोलीत आता शांतता पसरत होती.

आणि गावदेवीच्या देवळात त्याच चौथऱ्यावर जिथे वासंती त्या काळी आपल्या मुलाच्या मरणाची वाट बघत बसली होती, तिथे काकड आरतीची तयारी केली जात होती. बाकी आमराई शांत होतं.

"आवू, मी फोन करत्ये गं त्या बिल्डरला."

"कर. काही उपयोग होईल असं वाटत नाही मला. पण तुझ्या समाधानासाठी कर."

"हॅलो, रातराणी बिल्डर का? श्री. साखरदांडे आहेत का? मी आमराईतून बोलत्ये. क्षिप्रा नाव माझं. जरा देता का त्यांना फोन?"

"..."

"मी क्षिप्रा बोलत्ये. आमराईमध्ये एक वाडा आहे, जो तुम्ही घेतला आहे, हो हो, त्याबद्दलच बोलायचं आहे. अच्छा, येणार आहात का इथे? बरं. हो, भेटेन ना. भद्रा .... ओळखता ना ... हो भेटेन. किती वाजता येऊ? .. बरं. येते. धन्यवाद."

"बघितलंस! भेटणार आहे तो उद्या संध्याकाळी भद्राच्या दुकानात."

"धन्य आहेस. आता काय करणार आहोत आपण? मस्त जेवू आणि भद्राकडे जाऊ."

"चल."

"वाड्यावर येतेस?"

"येईन. आता सर्वच बघायचं असं ठरवलं आहे, तर नाही का म्हणू?"

दोघी बाहेर पडल्या. अवंतीला चालवणार नाही असं वाटून क्षिप्रानं रिक्षा

केली. वाड्याबाहेर रिक्षा थांबली आणि अवंती स्तब्ध झाली.

‘इथे उतरायचं. आत जायचं. वाडा बघायचा? हो बघायचा. सर्व ढवळून निघणार तरीही जायचं. आतल्या प्रसंगांना भेटायचं. आणि कोरड्या मनानं बाहेर पडायचं. या क्षिप्राला काहीही माहीत नाही. लहान होती अगदीच. आपल्यापेक्षा किती वर्षांनी लहान ही? सोळा? की पंधरा? बालवाडीत जायची इथं होतो तेव्हा. शाळा तरी कसली ती... हुंदडणं केवळ. नवीन नवीन कपडे घालून, केसांना रिबीन लावून... छान होते केस हिचे. सावळी पण तरतरीत. आपण गोऱ्या. इंदाक्का आणि कारी गोऱ्या होत्या. बाकीच्या तशा सावळ्याच. पण देखणेपण होतं सगळ्यांमध्ये. आणि तेच तर महाग पडलं. इंदाक्काला मागण्या येत होत्या; पण गरिबीनं घात केला. शेवटी सावत्र आईच्या सख्या भावाला देऊन टाकली. सावत्र आई, तिला कधी आई नाही म्हटलं. माई म्हणायचं असं देवाजींनी बजावलं म्हणून माई म्हणू लागलो. माईचा भाऊ तो इंदाक्काचा नवरा. शिकलेला, त्या काळात पँट शर्ट घालणारा, म्हणून इंदाक्काचं लग्न त्याच्याशी लावलं. तळोघला होतो तेव्हा आपण राहायला. किती गावं बदलली आणि किती ठिकाणांहून हाकलले गेलो. एक दार कधी उघडलं जायचं तर दहा दारं त्या अगोदर बंद झालेली असायची.’

‘‘आवू, हे लहान दार. ढकल. उघडेल ते. दिंडी दरवाजाला कुलूप आहे; पण या दाराला नाही.’’

अवंतीनं दार ढकललं. आणि कित्येक वर्षांनंतर तिला वाड्याचं दर्शन झालं.

‘हा आपला वाडा? इथं राहत होतो आपण?’ विश्वास बसत नव्हता तिचा. कायही दुर्दशा, असं तिला वाटलं. ती नकळत पुढे गेली. अगदी आतपर्यंत. मुख्य दाराशी थांबली. तिला वाटू लागलं, की असं काय वागले असतील देवाजी, की त्यामुळे गावकऱ्यांना वाडा उद्ध्वस्त करावासा वाटला?

‘‘काय बघायचं गं इथे? आणि अशा या भग्न वास्तूत तुला तुळशी वृंदावन बांधायचं आहे? नको. सोडून दे.’

‘‘असं नको म्हणूस आवू. करण्यासारखं अजून वेगळं काही नाही आपल्या हातात.’’

‘‘इथे मुनीम बसायचे. आणि तिथे समोर देवाजी.’’

‘‘हो. तेवढं आठवतंय मला.’’

‘‘आणि ही खोली आमची. इंदाक्का त्या कोपऱ्यात झोपायची. तुला खरं

सांगू? मला अंबईपेक्षा आत्ता इंदाक्काच जास्त आठवत्ये. तिचं लग्न सावत्र मामाशी झालं. खरं तर सख्खा मामाही तिच्याशी लग्न करायला तयार होता. पण देवाजी आणि माईनं नकार दिला. का तर तो शिकलेला नव्हता. आणि शिवाय त्यांच्या आजोबांचं व्रतवैकल्य खूप होतं. संन्यासीच होते ते. तुला माहीत असण्याचं कारण नाही. कारण तुझ्या जन्माअगोदरच ते वारले. आणि तुला सख्खा मामा आठवण्याचंही काही कारण नाही. देवाजींनी अंबईच्या माहेरच्यांशी नातंच ठेवलं नाही''

''का?''

''का ठेवतील? माई आली होती ना घरात, त्यांच्या आयुष्यात.''

''मला नेहमी एक प्रश्न पडतो. ज्या माणसाला इतक्या मुली आहेत, अशा बिजवराशी आपल्या मुलीचं लग्न कसं काय एखादा बाप लावून देऊ शकतो? तेही अशा माणसाशी, ज्याला घर ना दार.''

''बाप नव्हता माईला. आणि असते आशा ! निव्वळ आशा. कधी काळी गेलेली संपत्ती पुन्हा मिळेल आणि आपल्या घरालाही त्याचा लाभ होईल. दावा चालू होता. जिंकला की पुन्हा ते ऐश्वर्य मिळणार.''

''अगं पण..''

''शिवाय देवाजी देखणा माणूस, व्यक्तिमत्त्व आकर्षक. आणि बोलण्यातली ढब तर राजेशाही. मग कुणी भाळणार नाही असं होणे नाही. बसू या का इथं थोडा वेळ? उभ्यानं पाय जरा भरून येतात आताशा.'

''बस ना. पण कुठे बसणार?''

''या ओंडक्यावर बसू या?''

''साडीला काळे डाग पडतील.''

''आयुष्यालाच काळे डाग पडलेत भरपूर; तर या डागांचं काय?''

''बस''

''कित्येकदा सारस्वतीला वाटायचं की देवाजी बोलावतील''

''असं?''

''हो. हे खरं आहे. जेव्हा अंबई बाळंतीण असायची तेव्हा तिला फार आशा असायची. तीच त्यांचं जेवणखाण बघायची. त्यांना वाढताना अगदी आशेनं टक लावून बसायची. तिची ती नजर मी आजही विसरू शकत नाही. आणि एक दुसरी नजर! इंदाक्काच्या सासूची.''

''म्हणजेच देवाजींच्या सासूची. अगं, दोघांची सासू एकच नाही का!''

''बरोबर. तिचीच. इंदाक्का लग्न होऊन गेली देवगावला. आम्ही मग जायचो तिच्या घरी राहायला अधून मधून. पैसा नव्हता म्हणून कुणाला शाळा नव्हती.

फीचे पैसेच भरले नव्हते तर शाळेत ठेवणार कोण? मग काय? घरात अन्न नाही. उपाशी तरी किती राहणार वाढत्या वयात? मग जायचं इंदाक्काकडे. आम्ही दोघी म्हणजे मी आणि नंदा तर जायचोच. आम्हाला सोडायला म्हणून देवाजी यायचे. ते तिथे आले की इंदाक्काची सासू म्हणायची ''अगं बाई, हेनी आलं की गं!''

''ती का देवाजींना हे असं म्हणायची?''

''म्हणायची. मग देवाजी तिथे राहायचे चार-पाच दिवस. तो प्रसंग मला पूर्ण पणे आठवतोय. इंदाक्काचं घर आठवतंय.''

चार खोल्यांचं घर. समोरच मालकांचा वाडा, खूप मोठ्ठा मळा. आणि रहाट असलेली विहीर. इंदाक्का तिथूनच पाणी भरायची. उन्हाळ्यात आजूबाजूच्या बायका एकत्र येत आणि पापड, सांडगे करत आणि अंगणात वाळवण घालत. भाऊजी म्हणजे इंदाक्काचा नवरा, आता त्याला भाऊजी म्हणायचं की मामा, असा प्रश्न पडायचा. हा मामा बी.ए. शिकलेला आणि शिवाय शाळेत शिक्षक म्हणून त्यांच्याशी लग्न लागलं इंदाक्काचं, पण दोघं सतत भांडत असायची. काहीही कारण चालायचं. इंदाक्काला लवकर मूल नाही झालं. सगळे तिला वांझोटी म्हणायचे. कुणाच्या बारशाला तिला आमंत्रण नसायचं. एका खोलीत गप्पगुमान रडत बसलेली असायची. देव देव करून झालं आणि नवसही करून झाले. कुणी मात्रा द्यायचं आणून, तर तीही घ्यायची. अशी मात्रा वगैरे घेऊन कधी मुलं होतात का?''

''पण आवू, इंदाक्काला तर मुलगा आहे.''

''आहे. पण खूपच उशिरा झाला.''

''आवू, आपण सर्वांनीच किती काय काय सहन केलं आहे नाही? इंदाक्काचं राहू दे. तू देवाजींबद्दल काही सांगत होतीस ना...'

''विषय जरी निघाला तरी चीड येते. आठवणी नकोशा होतात. पोटात आतडी तुटू लागतात. का हे असं? आपला बाप असा का होता? त्यापेक्षा गावातला कुणीही साधासा शेतकरी आपला बाप का नाही झाला? आपण एखाद्या साध्याशा घरात का नाही जन्माला आलो? निदान मानाचं जगणं तरी जगलो असतो. एक तऱ्हेची राजवटच होती देवाजींची. आणि सुंभ जळला तरी पीळ जात नव्हता. नाही गेला.''

''काय म्हणायचं आहे तुला?''

''अगं, बायकोच्या सख्ख्या बहिणीशी संबंध ठेवणारा हा आपला बाप.''

''काय?''

''कित्ती वेळा गरोदर राहिल्या आपल्या बापाकडून!''

''आवू......''

''ओरडू नकोस. खरं तेच सांगत्ये आहे. आणि माईची दुसरी बहीण पण..

वाट बघत असायच्या दोघी देवाजी कधी येतात याची.''

''आणि कहर म्हणजे माईची आईसुद्धा.?....''

''खरं आहे बाई. स्वतः इंदाक्कानं सांगितलंय. त्या वेळी गर्भपात कायदेशीर झाला न्हवता. इंदाक्का स्वतः घेऊन गेली आहे त्या दोघींना दवाखान्यात गर्भपात करण्यासाठी लपून छपून''

''असा एकांत तरी कसा मिळायचा गं?''

''ज्याला हवं असतं तो कसाही मिळवतो एकांत. इंदाक्का त्या वेड्या नणंदेला विचारायची, 'काय गं, काय करून राहिली होती तू?' तर ती म्हणायची 'मी झोपली होती, कोण काय करून ग्येला मला समजून नाही राह्यलं की गं.' इंदाक्का चिडायची. तिला शिसारी यायची. ती चिडून म्हणायची त्या वेडीला, 'आग बाय, प्रेत पण उठून बसेल हो असं कुणी करत असेल तर.' आणि ती असं म्हणाली की ती वेड्यासारखं हसत राहायची. एकाच घरात तिघींशी संबंध? आणि त्याबद्दल तिघींपैकी कुणालाच कसली तक्रार नाही? बाप आपल्या सासूसोबत एक रात्र, तर कधी दिवसासुद्धा एका नणंदेबरोबर..... घरात स्वतःची सख्खी मुलगी आणि तरीही.....!एकदा तर ......'

''सांग आवू, एकदा काय?''

''बोलतानाही अंगाची आग आग होते माझ्या. जर ताकद असती तर फोडून काढलं असतं. आत्ताही वाटतंय, मारावं. द्यावा न्याय इंदाक्काला. पण... कुणाला मारू आता? तो बाप नव्हताच, तो म्हणजे फक्त वासना होता. फक्त नर होता. पुरुषार्थ त्याच्यात नव्हताच. भेकडही होता. त्या वेडीला समजलंच नाही, की ती गरोदर आहे. जेव्हा इंदाक्काच्या लक्षात आलं, तोपर्यंत उशीर झालेला होता. गर्भपात शक्य नव्हता. मग त्या वेडीला गावातून दूर एका ओळखीच्या मळ्यावर ठेवलं. दिवस भरले तशी दवाखान्यात नेलं. ती प्रसवली. मग ते मूल दिलं इंदाक्काच्या हातात आणि सांगितलं तिला, की जरा दुबळं आहे, हे औषध पाजा. इंदाक्कानं पाजलं. आणि तो छोटासा जीव क्षणात काळानिळा पडला. हात-पाय वेडेवाकडे झाले, रडण्यासाठीसुद्धा जीव राहिला नाही गं.''

''आवू, नको, नको सांगूस. नाही ऐकवत मला.''

''ऐक. मीही खूप वर्षं हे ओझं घेऊन जगते आहे. आता मलाही जरा मोकळा श्वास घेऊ दे. इंदाक्काला माहीत नव्हतं की ते औषध नसून विष आहे. ते मूल तिच्याच हातात गेलं. आणि इंदाक्का वेडीपिशी झाली. पुढे अनेक दिवस ती सारखी त्या मुलाला शोधायला म्हणून भटकत असायची. अंगणातली माती उकरायची. तिथेच कुठेतरी पुरलं होतं म्हणे बाळाला.''

''आणि भाऊजी?''

"स्वतःची सख्खी आईच जिथे जावयाशी शय्यासोबत करायची, तिथे त्यांना विचारतो कोण? इंदाक्का ही सावत्र मुलगी होती ना तिच्या मुलीची... म्हणून तिने इंदाक्काला त्रास दिला नाही. तिला मूल होत नव्हतं तरीही. आणि शिवाय देवाजी. मग ती त्रास देईलच कशाला? ती मग शरीरसुखाला मुकली असती ना?"

"आणि इंदाक्का? तिचं काय? तिला कुणी सांभाळलं?"

"कोण सांभाळणार तिला? तिची तीच सावरली. इंदाक्का एकदा मला म्हणाली... तिचा आक्रोशाच होता तो..! म्हणाली, 'मी जीव घेतल गं बाळाचा. मग तूच सांग, माझी कूस कशी उजवणार?' पण नंतर जेव्हा ती भानावर आली, तिनं चक्क देवाजींना तिच्या घराचे दरवाजे बंद केले. तिच्या सासूनं आकांड तांडव केला. तिला शिव्या घातल्या.. वांझोटी म्हणाली.. तुमचं घराण शापित, म्हणून माझ्या घराण्याचासुद्धा नाश होणार... असं काही बाही बोलत राहायची. नंतर इंदाक्काला नशिबानं दिवस गेले, तेंव्हा तिला खूप आनंद झाला. पण तुला सांगते, शेवटपर्यंत इंदाक्का तो तिच्या हातात मरण पावलेला जीव, त्याला विसरू शकली नाही."

"हे इतकं घडलंय?"

"खूप काही घडलंय क्षिप्रा. पण तुला ते समजण्याचा काही मार्गच नव्हता. तू गेलीस ती गेलीस. सगळ्यांनी तुझं नाव टाकलं. तुझ्याशी संबंध ठेवले नाहीत. एक मीच तेवढी.. आणि हो, मला वाटतं की नंदाही होती तुझ्याबरोबर. पण बाकीच्या मात्र...."

"नाही. नंदा नव्हती कधी माझ्यासाठी. चालायचंच."

"खरं तर आपणही कधी भेटलो तर हे असे विषय कधी बोललो नाही."

"तू तुझ्या व्यापात आणि मी तर तास, अर्धा तास भेटायची तुला. मग तेव्हा हे असं बोलण कसं होणार? इंदाक्काला एकदा तरी भेटायला हवं होतं मी. हो ना?"

"काय हवं नि काय नको..... आता नको विचार करूस. क्लेशच होतील. बाकी काही नाही."

"ती वेडी.. तिचं पुढे काय झालं?"

"चटक लागते ना, तसं झालं होतं तिचं. देवाजी नाही गेले मग तिथे, तर सासू आणि त्या दोघी, त्या जाऊन राह्यल्या देवाजींकडे. माईला सगळं नकोसं होऊन गेलं असणार बघ तेव्हा. मी नव्हते. माझं लग्न झालं होतं. पण कारी होती. ती तर तुला माहीतच आहे, फटकळ."

"आवू, काय होतं हे असं? हे असं घराणं ? खरच तू म्हणालीस ते खरं

आहे. का इथे जन्मलो आपण?''

''या अशा प्रश्नांना उत्तरं नसतात..... उठव जरा मला, हात दे. बघू या अंबईचं तुळशी वृंदावन. चल.''

दोघी एकमेकींच्या आधारानं उठल्या. अर्धवट जळलेल्या खोल्या पार करून मागच्या अंगणात गेल्या. तुळशी वृंदावन बघून अवंतीला भरून आलं. तिला वाटलं क्षिप्रा म्हणते ते खरं आहे, एकदा तरी हे वृंदावन बांधून काढायला हवं. नाही तरी काही काळानंतर कायमचं नष्टच होणार आहे.....

ती अंगणभर फिरली. मागील दारी असलेलं न्हाणीघर, बंब आणि जळणासाठी लाकडं ठेवायची ती जागा.

'बंब पेटवायचं काम मदांण्णाचं. त्याची बरीच कामं असायची. बंब पेटवायचा, गाई, म्हशीचं दूध काढायचं. बागेला फुलवायचं. तासन्‌तास तो झाडांशी काय बोलायचा? आणि झाडांना पण त्याचं बोलणं समजायचं. आपलं बोलणं जसं राघूला समजतं तसं...

आणि इथे होता आंबा. अगदी डेरेदार. खरकटं पाणी हेच त्याचं खत. ही गिराची खोली. इथेच राहिली अगदी शेवटपर्यंत. पण जेव्हा वाडा जळला तेव्हा कुठे होती? वाड्यातच होती की कुठे गेली होती? आठवत नाही. झुला होता इथे. आणि ही ती खोली. बाळंतिणीची. म्हणजे अंबईची. अगदी चिपाड होईपर्यंत......नराधमच. कधी तरी नकार दिलाच असेल ना तिने? तेव्हा मग माळ्यावर जाऊन? अमाप पैसा आणि रेलचेल असली की माणसाचा पशू व्हायला वेळ लागत नाही. खरं तर पशू नाही, ते बिचारे निसर्ग नियम पाळत असतात. मग? नाही. माणसाला आणखीन कुणाचीही उपमा देता येणार नाही. माणूस हा माणूसच. मानव नाही होता येत त्याला

''ही तुमची खोली ना गं क्षिप्रा?''

''हो''

''इथेच चक्रिका राहायची. तिची खेळणी आणि कपडे अंबईनं जपून ठेवले होते. कुण्णाला हात लावू द्यायची नाही. तिचा पाळणासुद्धा होता. तो ठेवला होता नंतर अडगळीच्या खोलीत. भ्रम झाला होता तिला तेव्हा म्हणायची सारखी की मला न्या वाड्यावर, चक्रिका रडत असेल. तिला भूक लागली असेल. नाहीच जगली अंबई..... इथे आली. कशी पोचली इथपर्यंत? हे जे दुभंगलं आहे नं वृंदावन या बाजूने तिथे तिचा देह होता, निपचित, थंडगार.''

"चल, निघू या आता. दुपार होत आली. भूक नाही का लागली?"

"तू फोन करतेस ना बिल्डरला? वृंदावन बांधून द्या म्हणावं. नंतर पाडा हवं तर. हो ना?"

"हो. चल. सावकाश ये. विटा, माती, काटे आहेत वाटेत."

"हो आहेत, पण आता त्यांचं काही वाटत नाही. पार करून आलो आहोत सगळं."

"आवू, चल.... ये ...."

"याच दाराशी होता तो, कोणी शेतकरी. त्याचं शेत गहाण होतं आपल्याकडे. म्हणजे देवाजींकडे. त्या शेतात जे जे पिकायचं ते ते त्यानं वाड्यावर आणून टाकायचं. एकदा तो आला नाही, त्याचा पोरगा आला होता. सगळी पोती मुनीम मोजून घेत होते. त्या पोराने एका पोत्याला भोक पाडलं वाटतं. त्या पोत्यातून दाणे पडू लागले, ते त्यानं त्याच्याकडच्या पिशवीत भरले. देवाजी होतेच समोर..त्यांचं लक्ष गेलं. त्या पोराला त्यांनी पिशवीसकट जवळ बोलावलं. आणि तुला सांगू क्षिप्रा, जेवढे दाणे होते त्यात, तेवढे तिथल्या तिथे खायला लावले त्या पोराला. पुढे दोन दिवस हगवण लागली होती म्हणे त्याला...."

"आवू, जायचं ना?"

"खंगून खंगून गेला म्हणे तो त्या दोन दिवसांत....मेला.."

"आवू.."

"अंबई खूप रडली होती तेव्हा. पण मोठ्यांदी रडायची पण चोरी गं.."

"या दिंडी दरवाज्यात स्वतःला मुलगा झाला तेव्हा नाचले होते देवाजी. पण दुसऱ्याच्या मुलाच्या मृत्यूनं त्यांना कधी रडवलं नाही...ते त्यांचं रडणं बाकी होतं म्हणून बालार्क गेला. तेव्हा तरी त्यांचा ऊर फुटला होता की नाही देव जाणे."

"ये सावकाश ये..."

दोघी दिंडी दरवाज्यापाशी आल्या. छोट्या दारातून वाकून बाहेर पडल्या. आता बोलण्यासारखं दोघींकडे काहीही नव्हतं. दोघी आपापल्या विचारांत, बस फक्त चालत होत्या. रस्ता वर्दळीचा होता; पण त्यांना आता काहीच जाणवत नव्हतं. ना उन्हं, ना भूक, ना अंतर.

हॉटेलवर पोचल्या तेव्हा आठवण आली, आज दुपारी चार वाजता कारी, नाईजा आणि मुसू येणार आहेत.

"अगं आवू, आपण जेवून घेऊ या आता. जरा आराम कर मग तू. मी तिघींना घेऊन येईन."

"मी येईन ना तुझ्याबरोबर."

"नको. दमली आहेस. आणि समोरच तर आहे स्टँड!"

कारी, नाईजा आणि मुसू आल्या आणि खोली एकदम भरून गेली. मिठ्या मारल्या गेल्या आणि सगळा नूरच पालटून गेला.

''खाऊ काय आणलाय कुणी कुणी, ते सांगा आधी.''

''मी आणलाय, ती पिशवी उघड''

''आवू, मीही आणलाय, कडक बुंदीचे लाडू''

''छान, कवळी फुटेल माझी''

''फुटू दे गं.''

''कारी, ठोक देईन हं''

''तुझ्या हाती कशी लागणार गं मी?''

''बरोबर आहे; तेव्हाही नाही लागलीस आणि आता तर पार म्हातारी झाले आहे मी''

''ए आवू, गंमत केली गं''

''झाली का तुमची सुरुवात? क्षिप्रा, या खोलीत कशा राहणार आपण सगळ्या?''

''मुसू, लहानपणी नव्हतो का एका खोलीत राहत?''

''तेव्हा शरीरानंही लहान होतो. आता बघ एकेकीला... एक झोपली तर बाकीच्यांना कोपऱ्यात दाटीवाटीनं उभं राहावं लागेल. मीच जरा आवरून आहे माझ्या देहाला.''

''उगीचच कौतुक नको. ही क्षिप्रा बघ, कशी अजून फिगर सांभाळून आहे. आत्तासुद्धा तिनं ठरवलं तर सहज जाईल नाटकात. काय नाईजा?''

''मला नको विचारूस बाई. मला तेव्हाही हिचं नाटकात काम करणं पसंत नव्हतं आणि आता तर ....''

''अगं, जगण्यासाठी आपण सगळ्यांनी कामं केली त्या वेळी नाटकातून.''

''हो. पण ... राहू दे ना''

''नंदा कधी पोचणार आहे?''

''उद्या सकाळी.''

''बरं. जरा फोन करते माऊला. तुम्ही सगळ्या जणी पोचला आहात हे सांगायला हवं ना. आणि मुसू, नाईजा शेजारची खोली आपलीच आहे. तेव्हा काळजी नको.''

''हे बरं केलंस.''

''अगं मी बोलत्ये. पोचल्या बरं सगळ्या. हो हो छान आहेत. बोलायचंय का

कुणाशी? ओके. ट्रेनमध्ये आहेस ना. नंतर करते फोन.''

सगळ्या जणी स्थिरस्थावर झाल्या. गप्पांना ऊत आला. क्षिप्रा सगळ्यांना बघत होती. तिला गेल्या तीन दिवसांमधल्या सर्व घडामोडी आठवत राहिल्या. आधीचं एकटेपण, मग वाडा आता कायमचा नष्ट होणार ही कळलेली बातमी, तिचं हमसून रडणं, एकटीचंच. अवंतीचं येणं आणि मग समजलेल्या अनेक गोष्टी ...आणि आत्ता?

आत्ता ते सगळं विरून गेलं आहे. किती खूश आहेत सगळ्या. या अंबईच्या मुली.. तिच्यासारख्याच. दुःखातही हसत राहणाऱ्या ....गाणाऱ्या.

'ना हिंदू कणे श्रीराम कणे, भूमंडळ दल्ली ई भूपकदल्ली
नाव प्रीतीमा वेल्ली, मंदिर दल्ली वसिती दल्ली माणे दवरू यल्ली...'

आवू गात होती. आणि तिच्या गाण्यावर सगळ्या जणी डोलत होत्या. काही तासांपूर्वीची गंभीर, आठवणींनी व्याकूळ झालेली, हतबल झालेली आवू हीच का? असा प्रश्न क्षिप्राला पडला. पुढे काय होईल हा प्रश्न आता क्षिप्राला सतावत नव्हता. एकटेपणातून ती आता तिच्या माणसांत आली होती. आता सगळं छान वाटत होतं.

खिडकीतून चंद्रकोर दिसत होती. आज ती कालच्या पेक्षा जरा वाढलेली होती. जास्त चांदणं होतं. हे चांदणं गावातच दिसतं, जाणवतं.

क्षिप्राला खरंच फार छान वाटत होतं. ती त्या गोतावळ्यात होतीही आणि नव्हतीही. ती आनंदात होती. शांत होती. सुखावलेली होती.

'ही चंद्रकोर रोज थोडी थोडी मोठी होत जाणार आणि एक दिवस पूर्ण चंद्र होऊन आपल्या याच खिडकीतून डोकावणार.. आणि तेव्हा आपण अगदी शांत, आनंदी असणार. कारण तेव्हा अंबईचं तुळशी वृंदावन बांधून पूर्ण झालेलं असणार आणि आपण मग इथे नाही राहणार. आपण आणि या सगळ्याच जणी परतणार...पुन्हा कदाचित कधी न भेटण्यासाठी...'

नंदा आली तशी क्षिप्राने मनातल्या मनात सर्वांना धन्यवाद दिले. तिला अपेक्षा नव्हती की सगळ्या जणी येतील. अवंती नक्की येणार एवढीच तिला खात्री होती. पण हे तर अनपेक्षित घडलं होतं. नक्कीच अंबईला तिच्या

लेकींनी एकत्र यावं, असं वाटत असणार. असा एक विचार क्षिप्राच्या मनात आला आणि ती हसली. देव, आत्मा, भूत प्रेत अशा गोष्टींवर अजिबात विश्वास नसलेली ती आता असं म्हणू लागली होती म्हणून. वय कोणत्याही गोष्टींवर विश्वास ठेवायला भाग पाडतं की काय? असेलही तसं. पण जेव्हा क्षिप्राला समजलं की वाडा पडणार तेव्हा तिचा या गोष्टीवर विश्वास बसला की अंबईनंच बोलवून घेतलं. नाही तर खरंच इतक्या वर्षांत एकदाही का नाही आलो आपण? ...असं तिला वाटू लागलं. आणि म्हणूनच अंबईचं तुळशी वृंदावन बनवायचं, असा हेका धरला तिनं. तिला माहीत होतं की अवंती सोडली तर कुणीही या कल्पनेला सहमती देणार नाही, उलट टर उडवतील. पण तिला काही त्यानं फरक पडणार नव्हता. तिला अजून एका गोष्टीचं आश्चर्य वाटत होतं की, तिलाच का हे सुचलं? सर्व जणींना एकत्र आणण्याचं? आणि तिला हे ही माहीत आहे की तशी ती कुणाचीच आवडती नाही. निदान पूर्वी तरी नव्हती. म्हणूनच कुणाच्या आयुष्यात काय चाललंय हे तिला माहीत नसायचं. आणि आत्ताही माहीत नाही.

"इंदाक्कानं इतकं सहन केलं? का? कशासाठी? अर्थात सहन केलं न केलं, काय फरक पडणार होता? जाणार होती कुठे शेवटी? त्यात माहेरचं अठरा विश्व दारिद्र्य.. आम्ही बहिणी, खूप दिवस उपास घडला की तिच्याचकडे जायचो. निदान एक एक भाकरी तरी मिळायची पोटाला. तेव्हा लाज वगैरे काही नव्हती. होती फक्त भूक! आणि भुकेपुढे काहीही चालत नाही.

अशाच वीस दिवसांच्या भुकेल्या होतो. इंदाक्काचं लग्न झालेलं नव्हतं तेव्हा. भूक सहन होत नव्हती आणि देवाजींकडे पैसे नव्हते. शेवटी चिंचेचा पाला खाल्ला होता आपण. आणि मग रात्रभर हगवण लागली. चाळीस, पन्नास वेळा... इंदाक्काने आणि नंदाने शेवटी मोठ्या तसराळ्यात वाळू भरली आणि आपल्याला प्रत्येक वेळी उचलून त्या तसराळ्यात ठेवलं होतं. कशा काय जगलो? तेव्हा देवाजी काय करत होते? त्यांनी औषधही आणलं नाही आपल्यासाठी. कुणीतरी जायफळ आणून दिलं होतं. ते उगाळून चाटवलं तेव्हा कुठे पहाटे हगवण थांबली होती. का जगलो तेव्हा? अशाही स्थितीत जगण्याची इतकी दुर्दम्य इच्छा असू शकते? मरणाची इतकी भीती का असते?

भूक काहीच सुचू देत नाही. लाचारीही जाणवत नाही. एक वेळ अंगावर धड कपडा नसेल तरी चालू शकतं. आणि होते कुठे तेही धड? वयात आलो तर पाळीच्या वेळी काय घ्यायचं, असा प्रश्न असायचाच. अनेकदा वाण्याकडून भीक मागून आणलेली पोती कापून वापरली फडकं म्हणून. आपणच नाही, तर सगळ्या जणींनी. मग होणारी आग., सोलवटून जाणारी कातडी....!

सात जणींमध्ये एक साडी. एक नेसून जाते बाहेर तर बाकीच्यांनी घरात बसायचं. ती आली की तिनं साडी दुसरीला द्यायची, जिला बाहेर जायचं असेल तिला. रात्री साडी धुवून ठेवायची. पुन्हा सकाळपासून तसंच सुरू.

थोडा फरक पडला जेव्हा कारी काम करू लागली नाटकातून. ती दिसायला सुंदर. आपल्यापेक्षाही सुंदर. तिचे काळेभोर लांबसडक केस तिच्या सौंदर्यात भर घालायचे. माई म्हणायची 'गरिबांकडच्या मुलींनी सुंदर असू नये.' या म्हणण्यात थोडा मत्सरही होता. तिनं असं म्हणावं त्यात आश्चर्य वाटण्यासारखं काही नाही. तिच्या मुली नव्हत्या सुंदर. आणि आमच्यासारख्या हुशारही नव्हत्या. देवाजींची हुषारी त्यांच्यात नाही आली. अर्थात आमची हुशारी उपयोगात आणली गेली नाही, हे अलाहिदा.

मग मुसू ,आपण नाटकात काम करू लागलो. नंदा गेली सेवा दलात. तिला तिथे अन्न-वस्त्र मिळू लागलं. जरा परिस्थिती आपली आपणच सुधरू लागली. दिवाळीत मातीच्या पणत्या करायचो. त्यांना रंगवायचो आणि बाजारात, शेजारीपाजारी विकायला जायचो. पुढे वयाने मोठ्या असूनही अवंती-नंदा शाळेत जाऊ लागल्या. झाल्या अकरावी पास. झुंजलो पण जगलो, लढलो स्वतःशी, जगाशी आणि नातलगांशी. आताही लढावं लागणार का यांच्याशी? त्यांना खुळेपणा वाटणार माझा. आत्ताही वाटतोच आहे ना?

"काय विचार करताय रजनीबाई?"

रजनी नाव ऐकलं आणि क्षिप्रा चपापली.

"काय?"

"स्टेज गाजवलेल्या रजनीबाई, तुम्हालाच विचारत्ये. बोला, आता काय करायचं आपण?"

"मुसू, उगीचच वाकड्यात शिरू नकोस. क्षिप्रा म्हण तिला."

"अगं, नंदा एके काळची नावाजलेली नटी आहे ती. आणि तिला शोभेल असं नावही घेतलं ना तिनं.'

"ते तिला घ्यावं लागलं. नाइलाज होता."

"अगं गंमत केली मी. आता या वयात रुसणार की काय ही?"

"नाही रुसणार मुसू, तू बोल. काही हरकत नाही. नाही तरी आता या वयात मला रजनीबाई म्हणून कोण हाक मारणार? आणि तेव्हाही जास्त करून सगळे क्षिप्राच म्हणत. ते नाव केवळ जाहिरातीसाठी होतं असं म्हटलं तर वावगं नाही ठरणार... जाऊ दे. आता काय त्याचं? हो ना?"

“रागावलीस ना?”

“नाही गं. इथे तुम्हा सर्वांना पत्र लिहून आमंत्रण दिलं ते असं राग राग करण्यासाठी नाही.”

“जरा थांब. तू पत्र पाठवलंस, आम्ही आलो. खरं सांगायचं तर एक सहल म्हणून आलो. निदान मी तरी. हे अंबईचा वाढदिवस वगैरे मला समजत नाही. स्पष्ट बोलते. ती असताना तरी कधी कुणी तिचा वाढदिवस साजरा केला का? मुळात कुणाला माहीत आहे का तिचा जन्मदिवस? आणि अंबईला जाऊनच कित्ती वर्षं झाली. माझ्या अंदाजाने पन्नास, पंचावन्न?”

“असतील. आणि म्हणूनच जर हिशोब केला तर तिची शंभरीच येते आता.”

“हे बघ क्षिप्रा, अंबईबद्दल आम्हाला काहीच वाटत नाही असं नाही. पण आता खूप काळ लोटला आहे. तिच्या आठवणी फार धूसर झाल्या आहेत. ती होती तेव्हाही आपल्या वाटेला फारशी आली नाही. गिराच करायची आपलं सगळं, नाहीतर सारस्वती करायची. आपण खूप लहान असतानाच अंबई गेली. तिच्या आठवणीपेक्षा इतर गोष्टीच जास्त आठवतात. लोकांचं आपल्याला हुडूस तुडूस करणं. आणि तरीही कुणा मैत्रिणीच्या घरी जेवायची वेळ साधून आपलं जाणं. तो काळ..... काही काही घरं घ्यायची आत. स्वतःच्या मुलीबरोबर चार घास आपल्या पानातही टाकायची. पण तुला सांगू, ते चार घास खाऊन झाल्यावर, त्या घरातून बाहेर पडल्यावर रस्त्याच्या कडेला उभी राहून रडल्ये मी. मन खायचं आत. ‘आली ही फुकटी’ अशी नजर असायची त्या घरातली. कोडगं होऊन बसून राहायची मी. आणि मग रडू यायचं, मी भरल्या पोटी आहे आणि तुम्ही मात्र उपाशी आहात म्हणून. आणि माझं कोडगेपण बघून....... नाही, मला अंबई नाही आठवत. मला माझी असहायता आठवते. तू कर तुला जे करायचं आहे ते. मी मात्र तुम्हा सर्वांना भेटायला आले. आताशा जरा आजारी असते. न जाणो किती आयुष्य आहे...”

“मुसू, ...”

“ए, मी रडत नाही आहे. मस्त आहे मी. मजा करू आता. हे सहा-सात दिवस कधी विसरले जाणार नाहीत अशी मजा करू. क्षिप्रा, तुला तर मी वाळीतच टाकलं होतं. मीच काय,पण सगळ्यांनीच वाळीत टाकलं होतं तुला. खूप दिवस, वर्षं लागली पुन्हा एकत्र येण्यासाठी. माऊचं लग्न, हे निमित्त झालं. छान. कशी आहे माऊ?”

“छान आहे.”

“बोलणं झालं माझं तिच्याशी. छान वाटलं बोलून. आपली छान हवीत गं आपल्याशी. नाही तर बालपण गेलं तसं आणि आता म्हातारपण असं.”

"चला गं, आता कुणीही असलं काही बोलायचं नाही. मस्त झुणका-भाकर खाऊ, आणि सार भात."

"अन्ना सारू... चालेल. धाबा बघायचा का एखादा?'

'धाबा? काकाजींच्या धाब्यावर जाऊ या?'

"काकाजी आहे का अजून?"

"जाऊन बघू या."

"ठीक. आवू, चालायला होईल ना तुला?"

"रिक्षा करू तिच्यासाठी."

"सगळ्याच जाऊ रिक्षातून. निघा तर."

क्षिप्राला बर वाटलं. काकाजीचा धाबा फार पूर्वीचा. आजोबांच्या काळातला. पुढची पिढी धाबा चालवत होती. आधी आमराईच्या हद्दीवर असलेला हा धाबा हळू हळू गावात आलेला. म्हणजे गाव मोठं झालं. धाबा होता तिथेच होता. त्या रस्त्यावरून जाणाऱ्या गाड्या,आणि रात्रीच्या वेळेला जाणारी मोठी वाहनं काकाजीच्या धाब्यावर थांबायचीच. आता मात्र धाब्याचं रूप पालटलं होतं. धाबा मोठा झाला होता. वातानुकूलित झाला होता. आणि तरीही बसण्यासाठी मात्र खाट आणि अन्न ठेवण्यासाठी फळी, ही परंपरा त्याने सोडली नव्हती. मुंबई, पुणे, इगतपुरीवरून येणाऱ्यांना त्याचंच जास्त आकर्षण वाटायचं.

धाबा बघून सगळ्या जणी अचंबित झाल्या. हा काकाजीचा धाबा? असाच भाव होता त्यांचा.

"नंदा, हा धाबा?"

"बघ ना ...."

"आपण जेव्हा आमराई सोडून गेलो त्या वेळेला हा धाबा म्हणजे एक खोपटं होतं. आणि गल्ल्यावर पोट सुटलेला काकाजी बसलेला असायचा. आपण शेतावर जायचो तेव्हा काकाजी नेहमी दिसायचा. किती वेळा वाटायचं की त्याच्या समोरच्या काचेच्या बाटलीतल्या रंगीत गोळ्या घ्याव्यात."

"मदांण्णा थांबवायचाच नाही छकडा ...धन्यार ओरडून राहतील ...असं म्हणायचा.'

"आवू, नंदा तुम्हाला आठवतं ना सगळं? आम्ही तर लहान होतो. मला, आणि मला वाटतं नाईजा तुलाही काही आठवत नसेल."

"छे गं."

"काकाजी नसेल आता."

''कसा असेल? त्याला काय अमरत्व लाभलंय? त्याचा पोरगा असेल अथवा नातू असेल.''

''कशावरून? काहीही बोलत बसला आहात. आणि कुणी का असेना. आपण जेवायला आलो आहोत. चला. चार बायका जमल्या की त्यांनी असंबद्ध बोलायलाच हवं असं नाही.''

''मान्य हो कारी बाईसाहेब''

सगळ्या हसत हसत धाब्यात गेल्या. सगळ्यांनाच काही तरी वेगळं घडतंय असं वाटत होतं. जे घडतंय ते खूप छान आहे, असंही वाटत होतं. निमित्त काहीही असलं, विश्वास असो नसो- त्यानं आता काही फरक पडत नव्हता. अनेक वर्षांच्या वितुष्टानंतर हे एक होणं चांगलं वाटत होतं. आता क्षिप्राला वेध लागले होते ते साखरदांडे कधी भेटतात याचे.

''आवू, मी जाऊन येते.''

''कुठे निघालीस गं आता दुपारची? मस्त जेवण झालं आहे. सगळ्या जणी छान पसरल्या आहेत. तूही आडवी हो आमच्यासारखी.''

''झाले असते नंदा, पण भेटायचं आहे कुणाला तरी.''

''इथे कोण आहे असं? अजून आहे कुणी?''

''ए, उगीच चेष्टा करू नकोस तिची. ती कामाला जात आहे एका. तू जा क्षिप्रा. मी सांगते यांना सगळं.''

क्षिप्राला माहीत होतं. आता जर तुळशी वृंदावनाबद्दल काही बोललो असतो, तर पुन्हा काही ना काही वाद निर्माण झाले असते. आवूनं सोडवलं. आता ती देत राहील उत्तरं सगळ्यांना.

आधी भद्राकडे जावं. त्याला बरोबर घेऊन जावं वाड्यात. म्हणजे जरा सोपं जाईल. भद्राही वेड्यात काढतो आहेच. पण तरीही तो येईल आपल्याबरोबर.

विचारांच्या नादात क्षिप्रा भद्राकडे पोचली आणि आपण वेळेत पोचलो याचं तिला समाधान वाटलं.

भद्रा दुकानातच होता. क्षिप्रानं सांगितलं होतं ती येणार असल्याचं म्हणून तिची वाट बघत होता.

''वेळेत येऊन सोडलीस की तू''

''येणारच ना. निघायचं?''

''हौदू. त्या बिल्डरचा फोन येऊन सोडला बघ. मी सांगून सोडलो की वाड्यात भेटून सोडू.''

“चल तर.”

वाड्याचं छोटं दार ढकलताना क्षिप्रा शांत होती. तिला आता आतलं दृश्य कसं असणार आहे हे माहीत होतं. ती अगदी मागच्या अंगणात गेली. अजून तीन-चार दिवसांनी हे वृंदावन बांधलेलं असेल, या विचारांनी तिला हुरूप आला.

“क्षिप्रा, हे साखरदांडे येऊन सोडलेत बघ”

“नमस्कार. मी क्षिप्रा. मीच तुम्हाला फोन केला होता.”

“नमस्कार. बोला.”

“हा आमचा वाडा. जहागिरदार घराण्याचा. इथेच आम्हा बहिणींचं बालपण गेलं. हा वाडा आता तुम्ही घेतला आहेत, असं भद्रा म्हणाला.”

“हो. माझ्याकडे कायदेशीर कागदपत्रं आहेत तशी. मी तुम्हाला दाखवू शकतो. भद्रासाहेब आहेत इथे म्हणून तुम्ही जहागिरदार घराणातल्या आहात असा मी विश्वास ठेवतो. बोला. काय म्हणणं आहे तुमचं?”

“तुम्ही काही गैरसमज करून घेऊ नका. आम्हा बहिणींना काहीही नको आहे. खरं तर हा वाडा कुणीतरी घेतला आहे हे मला मी इथं आल्यावर समजलं. जवळ जवळ सत्तर वर्षांनंतर येत्येय मी इथे. जेव्हा या वाड्यातून बाहेर पडावं लागलं होतं तेव्हा सहा-सात वर्षांची होते. त्यानंतर इथे येण्याचा प्रश्नच आला नाही. आणि ..... राहू दे. तर सांगायचं इतकंच आहे की, हे जे तुळशी वृंदावन बघत आहात, अगदी भग्न झालंय- इथेच माझी आई, अंबई हिने प्राण सोडला. तिचं काय नातं होतं या वृंदावनाशी तीच जाणो. पण फार प्रिय होतं तिला. या वषा- म्हणजे अजून दहा दिवसांनी तिचा शंभरावा वाढदिवस आहे. इच्छा आहे की, त्या दिवशी इथे एक तुळस लावावी आणि जशी अखंड ज्योत तेवत असायची त्या काळी, तशी ज्योत निदान काही काळासाठी पुन्हा तेववावी. आणि त्या करता मला हे वृंदावन बांधून हवं आहे.’

“बांधून?”

“हो. खर्च मी करेन. मला परवानगी हवी तुमची. आणि जेव्हा तुम्ही इथे काम सुरू कराल, तेव्हा पाडून टाका हवं तर.”

“क्षिप्राताई, त्याचं असं आहे की, हा निर्णय मी घेऊ शकत नाही. मला माझ्या वडिलांना विचारावं लागेल.”

“काही हरकत नाही. विचारा. पण लवकर. दिवस तसे कमी आहेत. आणि आम्हा सगळ्यांना परत आपापल्या घरीही जायचं आहे.”

“कळवतो.”

भद्राला एका बाजूला घेऊन क्षिप्रा म्हणाली,

"भद्रा, मी निघते. तू बोलून घे यांच्याशी. आणि जरा समजाव हं, होकारच मिळायला हवा."

"मी प्रयत्न करून सोडतो की!!"

"बरं, मी जाते आता. सगळ्या जणी वाट बघत असतील."

"कोण कोण येऊन सोडल्यात गं?"

"सगळ्याच"

"मी भेटायला येऊन सोडतो बघ."

"ये कि रे!"

एक वेगळाच आनंद घेऊन क्षिप्रा तिथून निघाली.

'निदान त्या भग्न वास्तूत एक तरी वस्तू अभग्न असेल. अभग्न! मन दुभंगलेलं होतं ना पण तिथे. सारस्वतीचं, अथवा अंबईचं. कुणास ठाऊक! मन नावाची गोष्ट असते हे तरी माहीत होतं का? मन या गोष्टीला हल्लीच फार महत्त्व दिलं जातंय असं वाटतं. पूर्वी मनाचे चोचले पुरवायला वेळ तरी कोणाकडे होता? सगळं आयुष्य स्वयंपाकघरात अथवा मुलांमध्ये. शिवाय आला गेला होतंच. आणि त्यात जर घराणं जहागिरदाराचं असेल तर बघायलाच नको. नऊशे एकर जमिनीची मालकी म्हणजे काय साधी गोष्ट आहे? धान्य, पैसा, इस्टेटी .... अंतच नाही. अंत झाला एकदाच. कूळ कायदा आला आणि सगळी जमीन हातोहात गेली. इस्टेट तशी गेली आणि वाडा असा गेला. कुणी मातू नये. रावाचा रंक व्हायला क्षण पुरेसा आहे.

आता आपलं चाललं आहे ठिगळ लावणं. आपणही किती बदललो. पूर्ण नास्तिक बाई, आस्तिक कशी होऊ लागली? आणि आता तर पंडित झालो. पूजा सांगतो. लोकं बोलवतात. आपण जातो. पण अगदी मनापासून पूजा सांगतो. गुरुजींनी तसंच तर शिकवलं आहे. 'पंडित, गुरुजी, पुजारी होणं म्हणजे श्रद्धेला स्वतःला जोडून घेणं. उदरनिर्वाह म्हणून करू नका. तुमची श्रद्धा असायला हवी. तरच यजमानांना पूजेचं फलित मिळेल.' आणि आपण हळू हळू खरंच मनापासून पुजारी झालो. पुजारी झालो म्हणूनच का अंबई आपल्यापर्यंत पोचली? आणि तिनं इथे बोलवून घेतलं? असेलही. पण हे जे आपल्याला वाटतंय ते कुणाला सांगण्यात अर्थ नाही. उलट या बहिणींना हेही नाही सांगितलं पाहिजे की आपण पुजारी आहोत. मस्करी करतील, अथवा विश्वास ठेवणार नाहीत. ..आत्ताही त्या काय बोलत असतील? एव्हाना आवूनं सांगितलं असेलच आपण कुठे आणि का गेलो आहोत ते....

क्षिप्राला जे वाटत होतं ते खरंही होतं. आवूनं जसं सगळ्यांना सांगितलं, सगळ्या जणी हसत सुटल्या....

"काय वेड लागलंय का क्षिप्राला?"

"नाहीतरी शहाणी कधी होती?"

"तेव्हाचं वेड आणि आत्ताचं वेड यात फरक आहे. आता जरा जास्तच..."

"हा काय वेडेपणा आहे आवू? काही तरी विचार हवा ना."

"नंदा, आधी मलाही वेडेपणाच वाटत होता क्षिप्राचा, पण जेव्हा मी वाड्यात गेले, तिथे बसले, सर्व वाडा फिरले, आणि मग मला फक्त ते दिवस दिसत राहिले. खूप बोललो आम्ही. आणि मला क्षिप्राला वेडं म्हणणं जमलं नाही. वाटलं, काय हरकत आहे? काही तोडफोड तर करत नाही आहे ती. बांधू बघत्ये, तर का नकार द्यायचा? आणि शिवाय अजून एक गोष्ट. आपला होकार, नकार, यानं काहीच फरक पडणार नाही. ते सर्व त्या बिल्डरच्या हातात आहे. म्हणून तिला मग होकारच द्यावा. ती प्रयत्न तर करणार आहेच. मग तिला त्यासाठी सहकार्य का देऊ नये? आणि सहकार्य म्हणजे तरी काय? फक्त तोंडानं हो म्हणायचं."

"काय घोळ घालताय तो घाला. मला काही यात सामील व्हायचं नाही. मला तर वाड्यावरसुद्धा यायचं नाही. काय करू येऊन? ती रात्र पुन्हा बघू? तो आकांत ऐकू? कशासाठी? आणि हो, आपण तर सगळे बाहेर पडलो, गिराचं काय झालं? मदांण्णा तर गेला ना? पण गिरा? ती होती का त्या रात्री वाड्यावर?"

"असणारच ना. कुठे जाणार ती तरी?"

"का नाईजा? शेतावर नसायची ती?"

"हो, असायची; जेव्हा कापणी चालू असायची तेव्हा देवाजी तिला शेतावर बोलावून घ्यायचे."

"तेव्हा कापण्या चालू होत्या का?"

"कुणाला आठवतंय? किती लहान होतो आपण. आमराईतून निघालो आणि कुठल्याशा गावी पोचलो. रात्र होती दाट. तिथे कुणीतरी घराच्या मागच्या भागात आसरा दिला होता. खरं तर आपला वाडा होता की देवगावला.. सरळ तिथे का नाही गेलो?"

"कसं जाणार गं? पैसे नाहीत, कपडा नाही, पायात चपलाही नव्हत्या. ही मुसू कडेवर बसणारी आणि क्षिप्राही लहानच. तुला आठवतं का मुसू? तुला शाळेत न्यायचो आम्ही. बालवाडी! तर किती रडायचीस. क्षिप्रा नाही रडायचा; पण तू.. भोकाड पसरायचीस. पुढे थोडी मोठी झालीस, पण अंबईच्या कडेवर बसायचा

हट्ट मात्र सोडला नाहीस.''

''पुरे हं. होते मी लहान. आणि शेंडेफळ. मग का नाही? पण विषय काय चाललाय, आणि तू काय बोलत्येस?''

''सहज, आठवलं म्हणून.....''

नंदाला मग बरंच काही आठवू लागलं.

'तसाही भूतकाळ मानगूट सोडत नाहीच. पण तेव्हा आपण एकट्याच असतो, एकट्याच सामना करत असतो विचारांशी; पण आत्ता या सगळ्या आहेत, तो भूतकाळ आपल्याबरोबर जगलेल्या. सगळ्या जणी आता भूतकाळातच असतील. प्रत्येकीची आठवण वेगळी. आणि आवू तर अजूनच जास्त भूतकाळ घेऊन जगत आहे. आपल्याला आठवतंय ते कांचनगाव. फिरत फिरत शेवटी कांचनगावला जरा स्थिरावलो. तेही देवाजींनी दावा ठेवला पंचांपुढे म्हणून. पण पंच देवाजींचं काही ऐकायला तयारच नव्हते. आणि देवाजी त्यांचा हेका सोडायला तयार नव्हते. त्यांना त्यांची मालमत्ता आणि अधिकार हवे होते. त्यांचं साम्राज्य असलेलं आमराई हवं होतं. आणि मग फक्त वाट बघणं. शेवटी दावा कोर्टात गेला, देवगावला. आणि जहागिरदार खानदान देवगावच्या हक्काच्या वाड्यात राहू लागलं. शेवटी तो वाडाही गहाण पडला; पण निकाल काही लागला नाही. सारख्या तारखा पडत होत्या, आणि देवाजी हेलपाटे घालत होते. सरकारी मामला, त्यांचं काहीच नुकसान नव्हतं. पण इथे मात्र फक्त नुकसान होतं. एव्हाना माईला तीन पोरी झाल्या होत्या. मुलगा नाही तर नाहीच झाला. हे शाप वगैरे खरे असतात की काय? मग सायन्स काय म्हणतं? सायन्सवर विश्वास ठेवायचा की या अशा गोष्टींवर?

देवगावच्या वाड्यात हरीकाका आणि मायाकाकू राहत होतेच. त्यात आमची भर पडली. वाडा तोही मोठाच होता. हरिकाका आपला सख्खा काका. हा वाडा देवाजींनी त्याला दिलेला. अर्थात राहण्यासाठी.यातही देवाजींची वाटणी होतीच; पण कमी. हरी काकाचं काही तरी तिसरंच चालू असायचं. खरं तर खूप हुशार होता तो. ज्ञानेश्वरीवर इतकं संशोधन केलं होतं म्हणतात.... कुणाला तरी ते सर्व कागदपत्रं दिले त्यानं, आणि त्या माणसानं फसवलं. नाही, तसं नाही. काकाला पैसे हवे होते वाटतं काही तरी व्यवसाय करायला आणि म्हणून त्यानं त्याचे ते कागदपत्र गहाण ठेवले. त्या व्यवसायात तो पार बुडाला आणि मग त्याला ते कागदपत्र कधीच सोडवून घेता आले नाहीत. तो नंतर परागंदा झाला. खूप कर्ज होतं त्याच्या डोक्यावर. ते मग देवाजींना फेडावं लागलं. आणि देवाजींनीसुद्धा कर्ज केलं होतंच की! कोर्टकचेरीसाठी कमी खर्च येतो का? त्या काळातलं तीस हजारांचं कर्ज! धनको पाठी लागले, आणि घरातलं सगळं सामान एक एक करून

मोडीत निघालं. काही म्हणता काही राहिलं नाही आणि तरीही कर्ज फिटलं नाही ते नाहीच. व्याज म्हणून घेतलं गेलं आणि मुद्दल तशीच राहिली. धनको पण लोभी! देवाजींची मालमत्ता त्याला माहीत होती. पैसा नाही मिळणार परत, हेही माहीत होतं. तरीही पैसे देत राहिला; कारण सगळी मालमत्ता त्याला अगदी स्वस्तात मिळणार होती. पण...''

''क्षिप्रा अजून कशी नाही आली?''

''येईल.''

''भूक लागली आहे आता.''

''बघा, मी छान चिवडा करून आणला आहे.''

''मी पुरणपोळ्या आणल्या आहेत.''

''मी काहीच नाही आणलं.''

''हरकत नाही गं कारी. घ्या सगळ्यांनी. कारी तू कशी आलीस?''

''गाडीनं. ड्रायव्हर सोडून गेला.''

''कोण? शेख?''

''हो.''

''भारी गमत्या आहे तो.''

''तुला काय माहीत नाईजा?''

''आवू, ही येते ना घरी; तेव्हा तोच असतो तिच्याबरोबर''

''एकच ड्रायव्हर ठेवतो किनई आपण?''

''हो, तसं नव्हतं म्हणायचं मला.. पण हा शेख म्हणजे ना .. कम्माल आहे''

''एकटीच काय हसत्येस नाईजा? आम्हाला तरी सांग''

''सांगते, सांगते. एकदा ही आली होती घरी आणि शेखने गाडी बाहेर रस्त्यावर उभी केली. एका बाजूला. आणि तसा तो रहदारीचा रस्ता, कुणी एका बाईकवाल्यानं दिली धडक गाडीला. म्हणजे त्याचा तोल गेला आणि तो पडला. शेख चिडला आणि त्यानं त्याचं बखोटं धरलं. हिला फोन केला की 'भाभी, गाडीको किसीने ठोका है.' या बाई पण ग्रेट; म्हणाली, 'छोडना मत उसे. मार.' आणि त्या शेखने त्या पोराला दिला ठोसा, तर त्याचं नाक फुटलं. तेवढ्यात पालिस आला आणि त्यानं शेखला तुरुंगात टाकलं. मग सुरू झाली हिची धावपळ. सोडवलं हिनं त्याला; पण ते दुसऱ्या दिवशी सकाळी.''

''अगं, तेवढा वेळ लागतोच. नशीब माझं की फार काही झालं नाही. पोलिस

बरा होता. सकाळी शेख आला आणि मला म्हणाला, 'आज छुट्टी करुंगा.' मी विचारलं 'क्यू?' तशी म्हणाला, 'कल रात मुझे लडका हुआ. मै तो अंदर था, तो औरत अकेली गयी अस्पताल और बेटा हुआ...''

''काय गं बाई...एक एक''

''आणि आताची गम्मत ऐक..मला इथे सोडलं आणि म्हणाला, आज मेरा बर्थडे है तो जा रहा हू, वरना रुकता.''

''वाढदिवस आहे त्याचा?''

''म्हणाला, 'आज जेल जाके छे साल हो गये.' तेव्हा माझी ट्यूब पेटली. आज त्याच्या मुलाचा वाढदिवस आहे. मी त्याला म्हटलं, जा बाबा... दोन्ही साजरं कर.''

''कारी, पण तू त्याला त्या मुलाला मारायला का सांगितलंस? आणि किती नुकसान झालं होतं ग गाडीचं तुझ्या?''

''काहीच नाही. एक छोटासा ओरखडा आला होता, बस्स. आणि मला काय माहीत ते? 'गाडी को ठोका,' असं ऐकल्यावर मोठंच काही तरी झालं असणार असं वाटतं ना. आणि मला काय माहीत की तो इतकं मारील त्याला म्हणून? आणि त्याची बायको नेमकी त्याच रात्री बाळंत होईल हे तरी... आणि ती गरोदर होती, हेच मुळात मला माहीत नाही. आणि ते माहीत असण्याचं कारण काय नं?''

वातावरण जरा निवळलं तसं मुसूला बरं वाटलं. तिला आठवलं जेव्हा ती अवंतीकडे राहायला गेली होती- कुणी इंदाक्काकडे जायचं तर कुणी अवंतीकडे. उपाशी पोटी कुणाकुणाच्या दारात उभं करायचं त्या वेळी.

आवू गरोदर होती- तिसऱ्यांदा. आणि तिला मदतीची गरज होती. क्षिप्रा, कारी नाटकातून काम करायच्या म्हणून त्या जाऊ शकत नव्हत्या. आपल्याला काय शाळा बुडली तरी चालण्यासारखं होतं. देवाजी आणि माई कशाला नको म्हणतायत? घरात जे काही कधी काळी असेल तर त्यात एक वाटा कमी म्हणून बरंच वाटायचं त्यांना. आणि आपल्यालाही छान वाटायचं सुरुवातीला. पोटाची खळगी भरली जायची. पण....

आवूचं लग्न म्हणजे मोठी गंमतच. हो गंमतच म्हणायला हवी. तसं तर आयुष्य म्हणजे गंमतच आहे ना!

कर्जबाजारी देवाजी, काका स्वतःचं कर्ज देवाजींच्या डोक्यावर टाकून फरार झालेला आणि शिवाय देवाजींनी घेतलेलं कर्ज! तीस हजार होतं म्हणे. त्या काळचे तीस हजार! मग धनकोनं आणली वाड्यावर जप्ती... इज्जतीचे वाजले बारा... कसली इज्जत? पण होती असं म्हणायचं. तर त्या नसलेल्या इज्जतीचे

वाजले बारा. मग ती वाचवणार कशी? आणि राहायचं कुठे? तो वाडा हाच एकमेव आधार, डोक्यावर छप्पर, तेही गेलं तर....... मग आला एक हिरो... आवूचा हिरो. सेवा दलातला, देवदत्त. दत्तासारखा हजर झाला. सेवा दल बरं होतं. देवगावात मिलिटरी कॅम्प होता. आत्ताही आहेच की! पण त्या वेळेला स्वातंत्र्याचं वारं जोरदार वाहत होतं. मुली-मुलं सगळी असायची तिथे. मग काय? मैत्रिणीचा भाऊ भेटला तिथे आणि प्रेम जमलं. आत्ता हिच्याकडे बघून वाटेल का कुणाला की हिचा प्रेमविवाह झाला असेल म्हणून? पण साने गुरुजींचा आदेश होता, 'प्रेमविवाह करा, जातीची बंधनं तोडा.' केला विवाह! पण कसा? आता अगदी सोज्वळ दिसते आहे. तेव्हा नव्हती असं नाही, पण देवदत्त? ना काम ना धाम! घरातच गॅरेज. मित्राच्या गाड्या दुरुस्त करायच्या आणि मग त्यांच्याचबरोबर जायचं शिकारीला. एक शिकार बाहेर तर एक शिकार घरात...

ही आवू अवघडलेली. त्यात शाळेत नोकरी. शिवाय घरात दोन पोरं आणि एक पोटात. धुणं-भांडी घरात. घर म्हणजे झोपडीच ती. दमून झोपून जायचं. आणि भुकेल्या नवऱ्यानं मदतीला आलेल्या आणि पोटासाठी लाजलज्जा सोडून कोडग्यासारख्या राहणाऱ्या तिच्याच बहिणींवर हात टाकायचा. नको नको ते चाळे करायचे. ओरडू नये म्हणून तोंड दाबून ठेवायचं. नाही तिथे हात घालायचा आणि हात घालायला लावायचा..... रात्र झाली की भीती वाटायची. आवूला सांगितलं की घरी जायचं, तर म्हणायची, काय मिळणार आहे गिळायला? अंगावर कपडा तरी असणार का तिथे? राहा इथेच.

आणि पोट सगळं सहन करायला लावायचं.

का आम्ही सगळ्या हतबल होतो? का नाही चीत्कारलो? का नाही आवूला सांगितलं, की बघ तुझा देवदत्त काय करतोय?

तिला समजलं नसेल?

आणि जरी असलं तरी ती तरी काय करू शकणार होती? तीन पोरांना कशी वाढवणार होती?

सगळं गेलं- कोमेजलं; त्याच वयात जेव्हा ते फुलून यायचं वय होतं. आता हे असं एकत्र येणं आणि माहीत नसलेल्या दिवसाला साजरं करणं.....

सगळी गंमतच एकेक! का आहे ही गंमत, हे मात्र विचारायचं नाही. आलो आहोत इथे, तर ..ते व्रण पुसले जाणार नाहीत, पण ते दाखवून विनाकारण आवूला दुखावण्यात काही अर्थ नाही. देवदत्त तर गेला..पण ही आवू, अजूनही त्याच्या नावाचं कुंकू लावते आहे. कशासाठी? यातना विसरल्या जाऊ नयेत म्हणून?

विधवा बाईची राखण हे कुंकू खरंच करतं का? मग आपलं काय? आपण

तर लग्नच केलं नाही. कुंकू नाही, काळे मणी नाहीत..पण तरीही आपली राखण आपण कशी केली?

या टिकलीएवढ्या कुंकवाच्या खोल तळ्यात काय काय भरून राहिलं आहे...उपसून टाकायला हवं. एकदा तरी उपसून टाकायलाच हवं.....

"मारा, कितीही मारा; पण मी देवदत्ताशीच लग्न करणार"

"लाज आणून सोडलीस आम्हाला; वर उद्धटपणा करून राहिलीस? तुला सोडणार नाही आता. देवाजी वायकोंडा जहागिरदार आमराईकर म्हणून राहतात मला. विसरून सोडू नकोस."

"कसं विसरून सोडू? वाडा गेला, अंबई गेली, हाय खाल्ली आणि मरून गेली. आणि तुम्ही राहता तिथे तुमच्या बायकोबरोबर. आम्ही इथे कशा राहतो, काय खातो, काय शिकतो, तुम्हाला माहीत आहे?"

"वर बोलून राहिली तू हरामखो ...."

"बस! आता बस. एक शब्द नको पुढे..."

"अख्खं गाव बोलून राहिलं आहे तुझ्याबद्दल आणि त्याच्याबद्दल. घराण्याला बट्टा लावलास आणि ....."

"लग्न करणार आहे मी त्याच्याशी. रीतसर लावून द्या; नाहीतर पळून जाईन,पण आता हटणार नाही.'

"त्याचा बाप आला होता. सांगत होता, तुमच्या पोरीला समजवा. माझा पोरगा आहे; पण लायकी नाही त्याची. त्याला मी घरातून हाकलून दिला आहे. बापाच्या पैशांवर माज करायला लागला आहे. एक दमडी कमवायची अक्कल नाही त्याला. तुमच्या पोरीला सांगा, की माझ्या ड्रायव्हरशी लग्न कर. सगळा संसार उभा करून देईन; पण माझा पोरगा नको. त्याला मी माझ्या संपत्ती-जमीनजुमल्यातून बेदखल केलेलं आहे. आणि इतकंच नाही तर त्याला संपूर्ण देवगावात काम धंदा मिळणार नाही याची तजवीज करून ठेवली आहे.' आता समजून राहिलं का, की का नाही लग्न करायचं?"

"आता मी काय सांगते ते ऐकून सोडा. कर्जबाजारी कोण झालंय? श्री देवाजी वायकोंडा जहागिरदार आमराईकर. आणि या वाड्यावर जप्ती आली होती, तो वाडा कुणाचा? श्री. देवाजी वायकोंडा जहागिरदार आमराईकर यांचा. इज्जत, अब्रू कुणाची जात होती आणि कुणामुळे? तर श्री. देवाजी वायकोंडा जहागिरदार आमराईकर यांच्यामुळे. ती इज्जत वाचवली कुणी? देवदत्त जहागिरदार देवगावकर यांनी. कशी वाचवली? स्वतःच्याच घरात चोरी करून, सोनं चोरून, ते विकून

नगद रुपये आणून दिले तीस हजार, आणि ते घेतले कुणी? तर श्री. देवाजी वायकोंडा जहागिरदार आमराईकर यांनी. हे सर्व देवदत्तनं केलं कुणासाठी? बेदखल होऊन राहिला,.. कुणासाठी? आज कुठेही त्याला घर नाही, खिशात एक पैसा नाही तरी त्याची तक्रार नाही. हे सर्व माझ्यासाठी. माझ्या बहिणी रस्त्यावर येऊ नयेत यासाठी. ... लग्न त्याच्याशीच करणार. त्याच्याबरोबर रस्त्यावर राहीन; पण त्याची साथ सोडणार नाही. सांगून ठेवते.''

''तर मग एक नारळ आणि पोरगी ठेवीन त्याच्या हातात. बस...''

''नारळासाठी पैसे देऊ?''

''नारळ कुणाला हवाय? आवू, काय बोलत्येस? अगं, चिवड्यात नारळ कशाला?''

''अं? हां, मला वाटलं की ओलं खोबरं छान लागेल चिवड्यात, म्हणून विचारलं. ही बघ, आलीच क्षिप्रा.''

''या, झाशीची राणी... आलात का झुंज देऊन?''

''हो, आले.''

''काय झालं गं?''

''भेटले मी साखरदांड्यांना. त्यांनी ऐकलं सगळं. म्हणाले की त्यांना त्यांच्या वडिलांना विचारावं लागेल. या एव-दोन दिवसांत कळवतील.''

''चला, मग आता दोन दिवस वाट बघू. तुला भूक लागली असेल ना? घे, सुरुवात कर.''

''भद्रा येणार आहे भेटायला तुम्हा सगळ्यांना.''

''भद्रा.... तो थोडा वेडसर होता, तोच ना?''

''हो. पण नाईजा आता बघ त्याला. संपूर्ण दुकान सांभाळतो. लग्न झालंय, गोड पोरगी पण आहे. छान चाललंय त्याचं. त्यानंच भेट घडवली आज साखरदांड्यांशी.''

''तुझ्या मनासारखं होवो.''

''बघू. गावदेवीचा आशीर्वाद असेल तर घडेलच''

''फार श्रद्धाळू झाली आहेस?''

''मुसू, अगं क्षिप्रा आता पूजा सांगायला जाते. भटजी झाली आहे ती रीतसर. शिकली सर्व आणि अस्खलित संस्कृत बोलते. भजनं, अभंग पाठ आहेत तिला. आणि स्वतः रचतेसुद्धा.''

''काय सांगतेस? हीच का ती नास्तिक?''

''आवू, तुला कुणी सांगितलं?''

“माहीत आहे गं मला”
“बदलतो माणूस....नाही?”
“एखादी रचना ऐकव तुझी”
“माझ्यापेक्षा आवूला सांग नंदा. आवू, भजन म्हण ना”
“म्हणते ...कृष्णाचं म्हणू?”
“हो, म्हण”

वनमाली राधा रमणा गिरीधर गोविंदा
नीला मेघा सुंदरा नारायणा गोविंदा...
भक्ता रुपैया मंदारा बानू कोटी सुंदरा
नंद नंद गोपा व्रीन्दा नारायणा गोविंदा....

“आता क्षिप्रा, मी ते कन्नड गाणं रचलं होतं आणि ते तू मराठीत केलं होतंस...ते म्हणू.. मी एक ओळ म्हणेन तू मग मराठीतली ओळ म्हण..”

“चालेल..”
“वा! आमच्या दोन्ही भगिनी अगदी कलाकारच...”
“ऐक गं..सारखं का तिरकस बोलायचं मुसू..”
“म्हणते हं...”
हेळु हेळु हक्की निन्न गुडू यल्ली?
सांग रे सांग खगा, तुझे घरटे कोठे?
इल्ली बंदू हेगे सिक्की अल्लीग्मंदू हारुवाकी ?
येथे येउनी कसा गुंतला, जाशील आता कोठे?....
संजी मागे बांतू नोडू , अंजदेनी तंग दोडू
सांज झाली जरा पहा , घे भरारी त्वरेने अहा
ज्योतेगे बरोवू दोंदे हाडु, चतुर कथेमे साक माडु
एकची नाय येईल संगे, न जाण्याचे बहाणे नको सांगू ....
गुडे निनगे अचल तारे, मुडी करेयू तिहुदू बारे
घरटे नव्हे अक्षय तुझे, पाश जरी ओढिती, तोड सारे
हणण सविमू मरेतु बारे , बणणद मलेम तोरेदु बारे
पक्व फळ विसर रे , हरित पत्रे तोड रे ....

हेसर मरेतु दिल्ल केळू, देसये मरेतु व्यल्ल गुडू
अहंकार सोडी रे, परदेश नको जोडू रे
सडील बिडूवे निन्न रक्की, बिडदे सेरू गुरिम चिक्की
फक्त पसरुनी पंख रे, घे भरारी गाठी ध्येय रे....

"किती सुरेख! आवू तुझा आवाजही काय आहे या वयात? खणखणीत; आणि गोडवाही तितकाच. खरंच, गाणं शिकली असतीस तर मोठी गायिका झाली असतीस. आणि क्षिप्रा, कित्ती छान लिहिलं आहेस गं मराठीत...सुरेख... आवू, तू खरंच गायिका झाली असतीस ....शिकायचं ना गं! "

"गाणं? आणि शिकणं? काय काहीही बोलतेस? कसं तरी शिक्षण पूर्ण केलं म्हणून घर तरी चाललं. तुला देवदत्त कसा होता हे माहीतच आहे. शिकारीचा नाद आणि गाड्यादुरुस्तीचा नाद. मोठ्या मोठ्या धेंड्यांच्या गाड्या दुरुस्त करायच्या आणि मग त्यांच्याचबरोबर शिकारीला जायचं. घरात वाघाचं कातडं, हरणाचं कातडं....ही क्षिप्रा घेऊन यायची माऊल, तर ती त्या कातड्यांवर झोपायची."

"माऊच्या गमतीच होत्या एकेक ... तुला आठवतं, एकदा आपण इंदाक्काकडे गेलो होतो, माऊ होती तिथे.. मला वाटतं, क्षिप्राचा प्रयोग होता कुठल्याशा नाटकाचा.... तर माऊला जायचं होतं शी करायला. घाबरट होती फार.. मला वाटतं असेल पाच-सहा वर्षांची... तर इंदाक्काकडे संडास कुठे असायला? त्या काळी घरात संडास नसायचेच नाही तरी..."

"टोपल्या असायच्या..."

"हसू नकोस... तशीच पद्धत होती. टोपली आणि बाजूने चटईच्या भिंती"

"आणि वरतून उघडं आभाळ. कावळे, चिमण्या, पोपट दिसायचे झाडावर बसलेले..."

"हे हे , हे तर काहीच नाही. इंदाक्काकडे तर चटईची भिंतही नव्हती. गाव आणि घर जागं होण्याआधी घरातल्या बाईनं सर्व विधी आवरून घ्यायचे,"

"हो; तर माऊ, तिला जायचं होतं, गेली. टोपली दाखवली तिला लांबूनच, बसली बिचारी आणि तिचं होईपर्यंत मागून आलं डुक्कर... जी घाबरली आणि पळत सुटली. नंतर वळून बघते तर काय... डुक्कर मस्त ताव मारतंय....."

"ए, शी गं बाई."

"तेच ते... शी...."

"आचरटपणा करू नकोस..."

"मुंबईत राहिलेली पोर ती. सार्वजनिक असला तरी चांगला संडास होता."

''चाळीतला.....कुठली चाळ गं क्षिप्रा?''

''मेहता इस्टेट. ब्लॉक घेण्याची ऐपत कुठे होती तेव्हा?''

''तरी चाळ म्हटलं की जरा बरं असतं नाही? माणसं असतात सोबतीला. एकटीनं जीवन जगावं लागत नाही. आणि ते मोठे वाडे तर अजिबात नकोत. ते माणसांना कधीच एकत्र आणत नाहीत.''

''सगळे वाडे नसतील असे...''

''काय करते आता माऊ?''

''नोकरी करते, आणि 'बनी' सीरियलमध्ये काम करते. ती कविताही करते चांगल्या. आणि माऊ लिखाण करते. तिची दोन-तीन पुस्तकंही प्रकाशित झाली आहेत.''

''छान. आता मी कारी अशी विनंती करते की, इथे जमलेल्या समस्त पूर्वाश्रमीच्या जहागिरदार कन्यकांनी आपापल्या मुलांबद्दल बोलायचं आहे. करा सुरुवात. मीच केली असती; परंतु माझा प्रश्न येत नाही, कारण मी अजूनही जहागिरदारच आहे. जरी हे आडनाव मी त्यागलं असलं तरी ... खून तो वही है! .... तो शुरुवात कि जाय.......'

''आधी कोण हुजुरे आलम?''

''कनिष्ठ ते वरिष्ठ''

'जशी आज्ञा.....'

'नाही... वरिष्ठ ते कनिष्ठ'

''जशी इच्छा! ''

''पण मी काय म्हणत्ये....''

''अरे किती ती चर्चा.... सुरू करा.....''

'मी अवंती देवदत्त बेळगावकर. मला तीन मुलं.'

''नाही, तू आधी नाही. आधी इंदाक्का''

''पण आहे का ती आता?''

''नसली म्हणून काय झालं? तू आणि नंदा तिला जास्त जवळच्या होतात. तुम्हाला माहिती आहे ना तिची.''

''आपल्या सगळ्यांना जेवढं माहीत, तेवढंच मला माहीत आहे.''

''तरी सांग. तसंही आपण सर्व आपल्याला माहीत असलेलंच बोलतो आहोत ना...''

''बरं. तर आधी इंदाक्का. तिला एक मुलगा.''

''ती अर्धवट तिची नणंद? ती वारली ना गं?''

''कशाला काही विचारत्येस उगीचच मुसू? ती वारली कधीचीच.''

"देवाजींनी धमाल केली ना..."

"मुसू... गप्प राहा. मी काही बोलणार नाही, नाहीतर यापुढे."

"बरं. पण तू का चिडत आहेस? ती वेडी.. .. तोंडाला पावडरीचा थर आणि डोळ्यांत या कोपऱ्यापासून त्या कोपऱ्यापर्यंत काजळ घालून, कसला तो परकर पोलका घालून फाटकाशी देवाजींची वाट बघत राहायची..."

"डोक्यावर परिणाम झालेला असला तरी शरीर गप्प राहत नाही. इंदाक्का लाटण्याने मारायची तिला. एकदा तर .."

"काय?"

"जाऊ दे .. काही नाही."

"बोबडी होती ना आणि म्हशीसारखी जाडी ढोल आणि मठ्ठ. पण तिला नवरा मात्र चांगला मिळाला. नशीब तेवढं तरी भक्कम निघालं तिचं. पण इंदाक्काने मात्र फार सहन केलं."

"इंदाक्काला बाजूला ठेवा बघू. गेली बिचारी. आवू, तू सांग."

"तीन मुलं झाली. दोन मुली आणि एक मुलगा. मुलं काय गं होत राहतात. घर म्हणजे झोपडं. बरे जगलो; पण गरिबी काही संपली नाही. दोन मोठ्या घराण्यांचे शाप घेऊन संसार सुरू केला होता ना... जहागिरदार घराणं तर तसंही खालसाच झालेलं आणि देवगावकर उत्तम होते, आहेत अजूनही, पण आम्ही मात्र ....."

"कधी त्रास नाही झाला याचा?"

"व्हायचा, जेव्हा देवदत्तकडे काही काम नसायचं आणि माझ्या एकटीच्या पगारावर घर चालवायचं, म्हणजे एक वेळचा उपासच."

"आणि त्यातून आम्ही असायचो तुझ्याकडे. वाढतं वय आमचं आणि वाढती भूक घेऊन."

"मदतही व्हायची नं तुमची..."

"कसली मदत?"

"मुसू, क्षिप्रा, कारी मला माहीत आहे. सगळं दिसत होतं. बघत होते; पण .. शरीराची जाणीव आणि शरीराची अवहेलना कशी होते, हे तुम्हाला फार लहान वयात समजलं. पर्याय तुमच्याकडे नव्हता आणि माझ्याकडेही. क्षिप्रा, तुझी अवस्था आठवायची मला. चिंचेचा पाला खाऊन झालेली. कारी किती भांडली होती देवाजींशी तुझ्यासाठी औषध हवं म्हणून. जगलीस कशी, हेच आश्चर्य ... आणि म्हणूनच जितके दिवस राहता माझ्याकडे राहा, उपाशी तर राहणार नाही! शरीराचं एक चांगलं असतं- कुठल्या खुणा ठेवत नाही ते स्वतःवर. उमटूनच देत नाही काही. मनावर उमटण्याइतक्या तुम्ही मोठ्या नव्हतात. आणि आता जरी त्या

खुणा असतील तर त्या जपून ठेवा. आपल्या घराण्याकडून मिळालेली संपत्ती आहे ती.''

''आवू, रडू नकोस. तुझ्या वेदना समजतात मला, आम्हाला.''

''नाही समजू शकत. जळल्ये मी आतून. उरी फुटून रडल्ये आतल्या आत. तुमची अवहेलना.... वाटायचं का मी इतकी असहाय? का मी इतकी दुबळी? आयुष्यात एकदाच भांडले, ठामपणे उभी राहिले, देवदत्तसाठी, माझ्यासाठी. पण मग पुन्हा कधीच तशी का नाही उभी राहू शकले? तुमच्यासाठी, माझ्या स्त्रीत्वासाठी... आपल्या सन्मानासाठी... आणि माझ्या लेकीसाठी...? शकुंतला, शकू..

''किती सुंदर आहे ना दिसायला? गोरी, नीटस, आणि स्वभावाने शांत, सालस. गोड गायची. शास्त्रीय संगीत शिकवलं तिला. जेव्हा गुरुजींचं मानधन देता येईना तसं बंद केलं, तर गुरुजींनी पैसे नकोत पण तिला पाठवा असं सांगितलं. शिकली छान. कॉलेजमध्ये तर प्रत्येक कार्यक्रमाला तिचं गाणं हवंच. लग्नाची झाली, चांगली स्थळं येत होती; पण हुंडा नव्हतो देऊ शकत, तर लग्न जमेना. सर्वांना वाटायचं, बेळगावकरांची नात; मग पैशाला काय तोटा? नकार कधी आलाच नाही तिला. पसंत पडायची, आणि हुंडा नाही म्हणून नाकारली जायची. तिच्या सगळ्या मैत्रिणींची लग्नं झाली. ही मग अजूनच कोषात जाऊ लागली. गप्प, न एखादी लकेर, ना एखादं गुणगुणणं. मग एक स्थळ आलं, चांगला होता. मिलिटरीमध्ये होता तो- छान उंच, गोरा. कसाबसा साखरपुडा केला कर्ज काढून. स्कूटर हवीच म्हणून हटून बसला होता. चार हज्जार कर्ज काढलं आणि दिली स्कूटर. तो गेला मग ड्यूटीवर. शकूला सासरी बोलवायचे अधूनमधून. असंच एकदा बोलावलं, गेली शकू. आणि दुसऱ्या दिवशी आली घरी. तिला बरं वाटत नाही म्हणून पोचवली, असं तिची मोठी जाऊ म्हणाली.

तिच्या केसांना तेल होतं. जावेनं रात्री तिला मालिश केलं होतं. काय सांगू तुम्हाला, ते तेल होतं धोत्र्याचं विष घातलेलं. आधी कळलं नाही गं. किती डॉक्टर, किती दवाखाने... वेडी झाली पूर्ण माझी शकू.''

''कधी सांगितलं नाहीस आम्हाला!''

''काय सांगणार? नंतर शोध लागला; पण उशीर झाला होता. ते विष धोत्र्याचं होतं, ते नाही समजलं. आणि हे त्या जावेनं केलं; कारण तिचे आणि दिराचे संबंध होते. हे भोग आहेत. ते भोगायलाच हवेत. माई म्हणायची की सुंदर, हुशार मुलींनी गरिबाच्या घरात जन्म घेऊ नये. ती असं का म्हणायची, हे मला शकूचं मातेरं झालेलं बघितलं, तेव्हा समजलं.''

''शांत हो आवू. निदान विशाखाचं चांगलं झालं ना ...''

''हो. ते तुझ्यामुळे नाईजा. पण तुला एक सांगते, बापाची कर्मं मुलांना भोग

भोगायला भाग पाडतात.''

''आपण पण तेच भोग भोगतो आहोत ना!''

''चला. आता पुरे''

''पण आवू, विशू अगदी मजेत आहे. आम्ही जावा जावा मजेत आहोत.''

''बघ ना... मावशी-भाची झाल्या जावा जावा, तेही सख्ख्या.''

''आवू, आता तर आम्ही दोघी अशा आहोत ना, की आम्हाला कुणी जावा नाही म्हणत; बहिणी समजतात.''

''तुझ्यामुळे मी निदान विशूच्या बाबतीत तरी निर्धास्त आहे. शंकर आला आहे परतून''

''शंकर आला? कुठे होता इतकी वर्षं?''

''हिमालयात होता कुठेतरी.''

''कसा काय आला परत?''

''काही सांगेल तर समजेल ना! घुमा बसून राहतो; काही सांगत नाही, मागत नाही. मला वाटतं की आता याला भूक लागली असेल, तर मी वाढते तर जेवतो. पण असं सांगत नाही की आई, जेवायला वाढ, भूक लागली आहे.''

''देवदत्त वारले, तेव्हा आला ना?''

''हो. कसं कळलं त्याला की आपले वडील वारले? बरोबर त्याच दिवशी कसा काय आला?''

''साधना करतो ना, समजतं अशा लोकांना...''

''क्षिप्रा, खरंच तुला असं वाटतं, की साधना करणाऱ्यांना जाणवतात काही गोष्टी?''

''अर्थात, त्याशिवाय कसा काय आला शंकर घरी?''

''मला वाटतं, की आपल्या सगळ्या मुलांमध्ये शंकर सर्वांत हुशार होता, नाही?''

''मुसू, तुला काय सांगू.... एसएससीला गणितात आणि संस्कृतमध्ये शंभरापैकी शंभर मार्क मिळवले होते त्यानं. नंतर इंजिनिअरिंगला गेला. शेवटचं वर्ष होतं त्याचं आणि त्याच दरम्यान माझ्या शकूचं ते तसं झालं. वेडी झाली पोर. हे सर्व बघून शंकर वैतागला, नाउमेद झाला आणि चक्क घरातून निघून गेला. एक चिठ्ठी लिहून ठेवली होती त्यानं.''

'मला एकंदरीतच सर्व परिस्थितीचा उबग आला आहे. गरिबी काय काय भोगायला लावते, हे मी जवळून बघतो आहे. जर इतकी गरिबी होती, की एका पोरीचं लग्न लावून देण्याची ताकद नव्हती, तर तीन-तीन मुलं जन्माला घालायचीच कशाला? त्यांच्या आयुष्याचं, स्वतःच्याच आयुष्याप्रमाणे मातेरं व्हायला? माझ्या

सहनशक्तीच्या बाहेरचं आहे हे. मी ताईला असं बघू शकत नाही. आणि अजून विशाखा आहेच लग्नाची. तिचं काय होणार आहे? जो पैसा माझ्या शिक्षणावर खर्च होतो आहे, तो तिच्या लग्नासाठी ठेव. आई, मी निघालो. परत न येण्यासाठी जातो आहे. शोध घेऊ नकोस. मी सापडणार नाही.'

ठेवली आहे ती चिठ्ठी मी अजून.

"मग? खरंच आला नाही?"

"नाही. एवढासा पोरगा.. कुठे राहिला, कसा जगला.. काहीच माहीत नाही. देवदत्त महिनाभर आजारी होता. पडूनच होता. सर्व अंथरुणात करावं लागायचं त्याचं. केलं. ना कधी चिडले, ना कधी रडले, नशिबाला दोष नाही दिला.. विशाखा होती मदतीला.... गेला तो. आणि कसं असत ना.... तो गेला आणि शंकर त्याच दिवशी सकाळी हजर, दारात उभा. जणू देवदत्तनं शंकराचा शोध घेतला आणि जाता जाता त्याला सांगून गेला, 'मी गेलो आहे...तिथे घराच्या दारात माझं कलेवर पडलेलं आहे, त्याची विल्हेवाट लाव.'

"सर्व विधी शंकरानं केले. सोडवलं बापाला. दिली मुक्ती. आणि आता स्वतः बांधून ठेवल्यासारखा राहतो."

"कसाही का असेना, राहीना... तुला सोबत झाली. एक तरी मूल जवळ....."

"मी मेले की पुन्हा हिमालयात जाणार असं म्हणतो."

"म्हणेना... आणि जाईना....तू तर नसशील बघायला.. मग काळजी कशासाठी?"

"आणि तुझी जी मालमत्ता आहे ना, ती घेऊ आम्ही वाटून सगळ्या जणी. काळजी करू नकोस......"

"हो, वाहून जात्ये धो धो...."

क्षणभर शांतता पसरली. पण ती शांतता असह्य वाटली.

"चला, जरा बाहेर पडू या. थोडी आमराईची संध्याकाळची हवा खाऊ या."

"माणनदीवर जाऊ या. नदीच्या तीरावरून दूरपर्यंत जाऊ या."

"गोल गुळगुळीत दगड गोळा करू या"

"सागरगोटे खेळू या"

"आणि चिंचोके गोळा करू या... ते आहे ना झाड पुढे...तिथून"

"चिंचोके घासून एकमेकींना चटके देऊ या"

"आणि?"

"आणि अजून काही नाही. आणि निघा आता."

"अटक मटक चवळी चट्क
चवळी लागे गोड गोड

जिभेला आला फोड फोड
जिभेचा फोड फुटेना
घरचा पाहुणा उठेना
'उठलो उठलो...........''

संध्याकाळ, थंड गार वारं. नदीचा काठ आणि झुळझुळ वाहतं पाणी. चंद्र त्या पाण्यात वाहत जात होता, पुन्हा पुन्हा. त्या सहा जणी अगदी हातात हात घालून, पायांवरून पाणी वाहवून चालत होत्या. आज त्यांना आता पुढच्या क्षणाची चिंता नव्हती. आणि त्यांच्यापाशी आत्ता भूतकाळही नव्हता.

''त्या तिथे, पलीकडे, माझिया प्रियेचे झोपडे......''

''वा वा आवू, सुरेख ... म्हण नं अजून पुढे...''

''ड पासून तू म्हण गाणं....''

''डाव मांडून भांडून मोडू नको, डाव मोडू नको ....''

''कान्हा तुझी बासरी वाजे, जीव होई खुळा, मन होई झुला''

''लटपट लटपट तुझं चालणं मोठ्या नखऱ्याचं...''

''श्रावणात घन निळा बरसला, रिमझिम रेशीम धारा..''

''रचिल्या कुणी ह्या प्रेमकथा
नवपर्णानी पूर्ण लहडला, वृक्षराज हा गगनी भिडला
कशी तयाला दे आलिंगन कोमल पुष्पलता
रचिल्या कुणी ह्या प्रेमकथा..''

''सुरेख, मस्त क्षिप्रा. तूही छान गातेस गं..''

आणि मग संपूर्ण काठ सूरमय होऊन गेला. वेळेचं भान हरपलं आणि वयाचंही.

पौर्णिमा काही दिवसांवर आली होती. पिठूर चांदणं काठभर पसरलं होतं. आणि त्या काठावरून चालत राहिल्या...दूरपर्यंत.

पहाटे क्षिप्राला जाग आली ती गावदेवीच्या मंदिरातल्या घंटानादानं. तिनं शेजारी बघितलं. आवू आणि मुसू अगदी गाढ झोपल्या होत्या. तिला कालची संध्याकाळ आठवली. आजपर्यंतच्या आयुष्यात कधीच अशी संध्याकाळ उगवली नव्हती. तिला वाटलं, विनाकारण इतकी वर्षं घालवली मध्ये. हे आधीच सुचायला हवं होतं. म्हणजे सगळ्या जणी खूप आधीच एकत्र आलो असतो. मग तिला

वाटलं की ठरलेल्या वेळीच ठरलेल्या गोष्टी होतात. आपण काहीही ठरवत नसतो. ‘कालाय तस्मै नमः.’

तिनं मनोमन नमस्कार केला. आणि अचानक तिला वाटलं, की आज सर्वांनी आपल्या शेतावर जावं. बघू तरी शेत कसं आहे ते.... तिला तिची शेती आठवली.

आपण शेतकरीही झालो. डोंबिवलीला घर घेतलं ते शेतजमिनीला लागूनच. जरा शहराबाहेर पण छान, टुमदार. आणि आपली शेती.... फळ, भाज्या, पालेभाज्या, सर्व काही पिकवत होतो. लिंबं तर कित्ती... वाटून टाकायचो शेजाऱ्यांना. विनू होता मदतीला तोपर्यंत केली शेती; पण नंतर एकटीच्यानं होईना झालं. पुन्हा एवढी सगळी फळफळावळ नेणार कोण बाजारात विकायला? पण शेत कसं, अगदी हिरवंगार होतं. छान गेली ती वर्षं. स्वतःला रमवण्यासाठी काय काय केलं.. आणि स्वतःला जगवण्यासाठीसुद्धा काय काय केलं. खरं तर साधं सोपं आयुष्य जगू शकलो असतो; पण आपल्याला साधंसरळ सोपं काहीही नकोच होतं ना. चांगल्या नर्स झालो असतो, पण डोक्यात वारं नटी व्हायचं होतं. नंदानं तिच्या घरी आणलं आपल्याला. तिची पण कमालच म्हणा. सेवा दल फारच फायद्याचं ठरलं तिला. कुणी तिथे येतो, त्याला नंदा आवडते. तो विचारतो येतेस का माझ्या घरी आणि नंदा सांगते, ‘येईन, पण लग्न केलंस तरच.’ आणि तो ‘हो’ म्हणतो. मुंबईमध्ये तो नोटीस देतो लग्नाची आणि ही जाते सरळ घरातून निघून. लग्न करते आणि चाळीतल्या दीड खोलीत आयुष्य सुरू करते. तो मुलगा कोण, कुठला, तो फसवेल कदाचित... पण तिने आयुष्याला एक खेळण केलं, ती खेळ खेळली आणि जिंकली. गरिबी होतीच, पण मानाचं जीवन होतं. एका कलाकाराबरोबर प्रवास सुरू झाला. आणि ती साथ शेवटपर्यंत टिकली, हेही महत्त्वाचं. आणि मग आपली जबाबदारी... शिकावं आपण, म्हणून केलेले प्रयत्न...आणि आपण एका वेगळ्याच विश्वात. तो रंगमंच, ते प्रखर दिवे, समोर मोठा जनसमुदाय, मिळणारी दाद, टाळ्या, हशा..... हेच हवं होतं फक्त. त्या सिरींज, ती औषधं, बँडेज, रक्त, जखमा, विव्हळणं, रडणं... नि... ते जग आपलं नव्हतंच. आणि त्याच जगात आपल्याला भेटलं आपलं हवं असलेलं जग. भेटलं, पण.... शेवटपर्यंत अनोळखीच राहिलं. आपलं क्षिप्रा नाव जाऊन रजनी आलं. पण रजनी म्हणून आज ओळख काहीच नाही. क्षिप्रा म्हणून ओळख निर्माण होण्याचा प्रश्नच नव्हता. एक मात्र झालं- आपला चरितार्थ चालला त्यावर. मुलींना चांगलं वाढवू शकलो. त्यांना तसं वाटतं की नाहा, हाही प्रश्न आहेच. पण जे बालपण आपल्याला मिळालं त्यापेक्षा चांगलं बालपण दिलं त्यांना.... आणि हा कदाचित आपला गैरसमज असेल. पण......’

“काय गं, झोप नाही लागली? मी तर अगदी गाढ झोपले होते. स्वप्नसुद्धा पडलं नाही बघ. मस्त आळस द्यावासा वाटतोय.”

“सुप्रभात आवू.”

“गुड मॉर्निंग.”

“मुसूला उठवू?”

“नको. झोपू दे. अजूनही ही दोन्ही पाय पोटात घेऊन झोपते बघ. किती वाकल्ये.”

“हो, बघ ना...”

“ए बये, सरळ हो. तो मणका कायमचा वाकडा होईल. ऊठ.”

“आवू, राहू दे. चहा सांगू?”

“सांग.”

घंटानाद थांबला होता. थोडी वर्दळ सुरू झाली होती. बैलगाड्या अजूनही आहेत इथे, हे बघून क्षिप्राला गम्मत वाटली.

“आवू, बैलगाडी”

“मला काय दाखवत्येस. हुबळीला आहेत बैलगाड्या... सोंग नुस्तं..”

“मला मजा वाटत्ये ना. आपला छकडा आठवतो?”

“हो, आणि त्या छकड्यात बसून शेतावर जायचो, तेही आठवतंय. तू लहान होतीस, तुला आठवतं शेत?”

“आत्ताच माझ्या मनात येऊन गेलं की आपण शेतावर जाऊ या. जायचं?”

“कोण करतं शेत आता कुणास ठाऊक! जाऊ या.”

“खरी मज्जा, दे टाळी.”

“पण मुसूला विचार बाई ..ती जरा..... तिला सांग आधी”

“तू मोठी ना सर्वांत, तू ऑर्डर दे.”

“उठा सगळ्यांनी..”

“इथून नको ओरडूस. जा शेजारच्या रूममध्ये... तोपर्यंत मी तयार होते”

“हाच ना गं रस्ता शेताचा?”

“हो”

“किती बदललंय सगळं!”

“रहदारी बघ... आधी अगदी शुकशुकाट असायचा. दुतर्फा झाडी. झाडं कापल्येत बघ. सावली गेली ... ”

“पण थंड आहे हवा.”

“तू मफलर गुंडाळ आवू. त्रास होईल तुला.”

“नाही होणार, छान वाटतंय.”

“ते बघा शेत.....”

“चांगलंच आलंय गं पीक!”

“भात आहे ना... ”

“हो. भातच पिकतो आत्ता.”

“जाऊ या चला.”

“कुणाच्याही शेतात असं कसं घुसायचं?”

“ते नाही घुसले आपल्या शेतात?”

“कोण होते ते, कुठून आले, कोणते चेहरे? काही माहीत आहे का?”

“पण बघून तर येऊ या शेतातला वाडा.”

“कुंपण बघ किती उंच बांधलंय. आणि मोठं दार आहे. जायचं?”

“जाऊ. बघायला मिळालं तर बघू, नाहीतर येऊ परत.”

शेत बघून सगळ्या जणी थरारल्या. आयुष्यात कधी काळी इथे परतून येऊ, असं कुणालाच वाटलं नव्हतं. पण आता मात्र ओढ लागली शेताची. शेतातल्या वडाच्या झाडावर बांधलेल्या झुल्याची, बांधावरच्या कर्दळीची, आणि विहिरीतल्या गोड पाण्याची.

“कुणीच दिसत नाहीये”

“थोडं आत जाऊ. तो बघ वाडा. छान बांधला आहे नाही? आधीच्या वाड्यातच फेरफार केलेला दिसतो आहे. मोठा झोपाळा बांधला आहे बघ. गादी, लोड आहेत त्यावर.”

“पाठीमागे अजून एक घर दिसतं आहे. हे घर नव्हतं नाही?”

“नव्हतं.”

“इथेच थांबा हं आता. अजून आत जाणं बरोबर नाही.”

“कुणीतरी आहे वाटतं घरात. कुणी आहे का?”

“कुणी आहे का आत?”

“कोण येऊन सोडलंय?”

एक वयस्कर आकृती येताना दिसली. तशा सगळ्या जणी पुढे झाल्या.

“यारु?”

“आम्हाला जरा पाणी हवं होतं. इथून जात होतो, तहान लागली, हे आवार दिसलं म्हणून थांबलो. पाणी मिळेल का?”

“थोडं मोठ्यानं बोलून सोडा गं. कमी ऐकून येऊन राहिलं गं’

"पाणी मिळेल का?"

"सल्प तडी.... ननगु चन्नागे काणसूदुल्ला ....ए लखू ...सल्प व्हरग बा अप्पा ...यारेरे बंदार ...सल्प नीर कोड औरगे..."

"तुम्ही कोण? इथेच असता का?"

"हौदू. इथेच असते मी. खूप वर्षांपासून...."

"नंदा, आवाज ओळखीचा नाही वाटत हा?"

"मी तर मघापासून विचार करत्ये. मलाही ओळखीचा वाटतोय. विचार तिला ती कोण, कुठली, नाव काय तिचं. ही गिरा तर नाही?"

"गिरा?"

"हो गिराच"

"गिरा"

"कोण हाक मारून सोडलं गं ते? लखू, नोड अप्पा .. बघून सोड रे..."

"गिरा, तू इथे?"

"कोण ते?"

"आम्ही अवंती, नंदा, क्षिप्रा, मुसू, नाईजा, कारी आठवलं?"

"आंबेदेवी...... कशा येऊन सोडलात गं?"

"तू इथे कशी? कधीपासून आहेस? सगळं सांग आम्हाला"

"तुम्ही का येऊन सोडलात गं इथे? जा जा..."

"तू कशी आहेस? इथे कशी आलीस? कधीपासून? वाडा जाळला त्या वेळी तू कुठे होतीस?"

"काही विचारून सोडू नका गं... आता मला म्हातारीला कशाला भेटायला येऊन सोडलात?"

"सांग गिरा"

"पाप केलं मी. भोगून सोडलंय पुष्कळ...आता जा तुम्ही."

"पाप? काय केलास तू?"

"यल्लारीगे हेळीद्देने वाडेयल्ली यारु यारु इद्दरे यंदू .... हागे आवरू यंदारू नावू इ दिन रात्री वाडेयान्नु सुदुवावरू इद्देवे...नीनु वाडेयल्ली इर बेडा... अद्द्कागी नानू ङ्कदले वाडे बिट्टू व्हराडू बंदे... दूर निन्तु नानू नोडूद्दीद्दे वाडे अग्निगे आहुती अगीत्तीत्तू . छलो आगीदल...देवाजी सत्तीद्र सरी आगतित्त."

"म्हणजे तुला वाडा जाळायला येणार आहेत हे माहीत होतं आणि म्हणून तू वाड्याबाहेर गेलीस? म्हणजे तूच सांगितलंस की वाडा वाचवायला कुणीही नाही. सगळे गडी कापणीसाठी शेतावर होते.'

"हौदू"

"का केलंस तू असं?"

"देवाजीला भिकेला लागलेला पाहून सोडायचं होतं मला."

"पण का? वाड्यानंच तुला जगवलं. अन्न, वस्त्र, निवारा दिला, अंबईनं एवढं प्रेम दिलं.."

"आणि देवाजी? त्यानं माझं मातेरं केलं. लग्न करून राहणार होतो मी आणि मदाण्णा. पण देवाजींनी होऊ दिलं नाही. नासवून टाकलं गं मला. आणि मदाण्णाला सांगून राहिले की एका बाजारबसवीशी तू लग्न करणार? तो 'हो' बोलून सोडला. तो जाणत होता की मी तशी नाही. पण मग देवाजीनं त्याला मारलं, इथे ह्या शेतावर. घाव बसून सोडला नाही तिथे आणि मदाण्णा कायमचा नासला. तरी त्याला पण सोडलं नाही देवाजीनं. पुरुष पुरुषावर बलात्कार करून राहतो? राहतो. मी बघून सोडले गं. मग मीच सांगितलं, पेटवा वाडा, लागू दे आग. सर्व संपू दे. वंश जित्ता नाही राहणार कधी जहागिदारांचा. नाही राहणार... जा बायांनो, जाऊन सोडा तुमच्या घरी. इथे कुणाला सांगून सोडू नका की तुम्ही देवाजींच्या लेकी म्हणून. गाव सोडून पळावं लागेल पुन्हा... जा..., ए लखू नको पाणी कुणाला. जा बायांनो, माझ्या घरी तुम्हाला देऊन सोडायला काहीसुद्धा नाही. लखू दाराला आतून कुलूप घालून सोड की रे, कुणीही घुसून राहतं......."

त्या सगळ्या जणी शांत बसून होत्या. कुणाला काहीही बोलावंसं वाटत नव्हतं. दुपारचं उन्ह हवेतला गारवा शोषून घेत होतं.

"पंखा लाव गं. उकडायला लागलं नाही?"

"फार नाही उकडत; पण लाव पंखा. डोकं जरा गरम झाल्यासारखं वाटतंय."

"ते उन्हामुळे नाही, ते ...."

"आता बोलून काय उपयोग कशामुळे गरम झालंय ते? उगीच गेलो शेतावर असं होऊन गेलंय."

"कारी, आता त्यावर चर्चा नको. कुणालाही कल्पना नव्हती की शेतावर अचानक गिरा भेटेल आणि असं काही ऐकायला लागेल म्हणून. सोडून दे. अनेक गोष्टी सोडल्या आहेत आत्तापर्यंत. तर हे का लक्षात ठेवायचं?"

"नंदा, कुणाला लक्षात ठेवायच्या आहेत या गोष्टी? पण आता हे अगदी नुकतच ऐकलं आहे."

"खरं आहे कारी म्हणत्ये ते. आत्तापर्यंत आपण बोलत होतो सगळा भूतकाळच, पण तो फार पूर्वीचा, माहीत असलेला. पण हे आता नव्यानं समजलं. नाही लगेच पाटी कोरी करता येत मलाही."

''इथे थिएटर झालं आहे ना... आपल्या लहानपणी थिएटर नव्हतं. जाऊ या सिनेमा बघायला? जो असेल तो बघायचा.''

''सिनेमा?''

''हो, बघू या नं.''

''चालेल. मी तयार आहे. सगळ्या जणी तयार आहेत. जाऊ या.''

''मी पेपर मागवते. कितीचा शो आहे, बघू या.''

''सिनेमा बघून झाला की मिसळ खायला जाऊ या.''

''छान. हरकत नाही.''

''ठरलं''

''क्षिप्रा, भद्रा येणार होता ना भेटायला?''

''हो, कालच येणार होता. विसरला बहुतेक.''

''मिसळ खाऊन झाली की त्याच्या दुकानावर जाऊ.''

''त्या बिल्डरचा फोन कधी येणार आहे?''

''संध्याकाळपर्यंत वाट बघू. नाही आला फोन तर आपण करू.''

''क्षिप्रा, इतकं आत्ताच प्रत्यक्ष ऐकलंस आणि तरीही तुला वाड्यात जाऊन, ते तुळशी वृंदावन बांधून घेऊन, तुळस लावून, तिथे दिवा लावावासा वाटतोय?''

''हो नाईजा.''

''वेडेपणा नुसता. काय करायचं आहे दिवा लावून तिथे? तेही एका वेळेपुरता? उलट त्या बिल्डरला सांग की इथे घरं बांधू नका. ती जागा शापित आहे. तिथे कुणाचंही घर, घर म्हणून राहणार नाही. बरबाद होतील सगळे. अथवा घरंच विकली जाणार नाहीत. तो बिल्डरच बरबाद होईल. त्याला काय देवगावला जमीन मिळत नाही होय बिल्डिंग बांधायला? आणि आंबराईत बांधायचं आहेच तर दुसरी जागा घे म्हणावं. तो वाडा म्हणजे अनेक जीवांचा तळतळाट आहे. मनाची, भावनांची अनेक प्रेतं पुरली गेली आहेत त्या वाड्यात. तू तिथे दिवा पेटवलास की तुला, मला, सर्वांना ती प्रेतं दिसू लागतील. मग आत्ता जी अवस्था आहे आपल्या सगळ्यांची, त्याहीपेक्षा भयानक अवस्था होईल. सहन होणारच नाही. आत्ता नाही का, असह्य झालंय म्हणून निघालो आहोत सिनेमा बघायला.... तेव्हा काय करणार? भूतं वेढूनही टाकतील आपल्याला. दिवा लावत्ये....!! कशाला? दिवा लावशील आणि जाशील निघून तुझ्या डोंबिवलीत. तुझा अहंकार सुखावेल की अंबईसाठी केलं काही तरी... पण लक्षात ठेव. हे तू अंबईसाठी नाही करत आहेस, स्वतःसाठी करत आहेस. प्रत्येक गोष्ट तू स्वतःसाठी केलीस आत्तापर्यंत... हो कि नाही?''

''शांत हो कारी, शांत हो. क्षिप्राला बोल लावून काय होणार आहे? तिच्यामुळेच

एकत्र आलो ना आज आपण? तिच्याशी नातं तोडलंच होतंस ना तू?''

''हो, तोडलं होतं. का ते विचार? काय केलं नाही या तिघींसाठी? अवंती, इंदाक्का आणि नंदा या तिघी मोठ्या, लग्न करून गेलेल्या. मी पडले मधली. ना तुमच्यातली ना यांच्यातली. नाईजा, क्षिप्रा, मुसू तुम्ही सांगा, मी कमी पडले का तुम्हाला सांभाळायला? सांगा ना.''

''नाही गं कारी. तूच तर केलंस आमचं. तूच आमची अंबई झालीस.''

''हो ना? मग मला सांगा, तुम्ही मुसू आणि क्षिप्रा दोघींनी सांगा की, तुम्ही माझा विश्वासघात का केलात?''

''नाही केला आम्ही तुझा विश्वासघात. तेव्हा लहान होतो आपण. सत्य समजून घेण्याइतपत मानसिकता नव्हती, आणि त्या वयातल्या त्या भावना, प्रौढत्व देत नव्हत्या. तू आमच्याशी संबंध तोडून टाकलेस. आता जे सांगू त्यावर तरी विश्वास ठेवणार आहेस का? जाऊ दे नाहीतर, नकोच.''

मुसू गप्प झाली.

'ते वय तरी काय? तारुण्याच्या उंबरठ्यात उभं असलेलं. घरातून न मिळणारी माया, प्रेम बाहेर शोधायचा प्रयत्न करणारं. आणि समोरच्या व्यक्तीवर आंधळेपणानं विश्वास ठेवण्याचं. त्याच्या कौतुकानं मोहरून जाण्याचं. जग सुंदर वाटण्याचं. कारी एकुलती एक चांगली साडी नेसून जायची. ती येण्याची वाट बघायची. आली तर ठीक. नाही आली तर जी काही साडी असेल ती, जुनाट, जराशी विटलेली..हरकत नाही, ती नेसायची आणि बाहेर पडायचं. तो वाट बघत असणार.. पोचायला उशीर होतोय असं जाणवलं की जीव वर खाली व्हायचा. पण ती ओढ ओढत न्यायची. तो नाराज व्हायचा. मग त्याची समजूत घालायची. तो हसायचा. त्याचे दात सुरेख होते. एका रांगेत, आज्ञेत असल्यासारखे. त्याच्या सुरेख हसण्यावर जीव ओवाळून टाकावा असं वाटायचं. टाकलाही होता. पण मग समजलं, तो खेळ खेळत होता. आम्हा तिघींशी. कारी त्याची सर्वांत लाडकी होती बहुतेक. पण मग आपण आणि मग क्षिप्रा.

'क्षिप्रा तशी सावरली लगेच. आपल्याला त्याच्यातून बाहेर पडायला वेळ लागला. आणि कारी? ती तर अजूनही गुंतलेली वाटते. तिनं लग्नच केलं नाही. त्यानं केलं का? असेल. पण ही लग्न न करता, कुणाचीही सोबत न घेता जगली. आम्हा बहिणींमध्ये सर्वात सुंदर. गोड गाणारी, उत्तम अभिनय करणारी, सोनेरी त्वचेची..सोनसळी रंग आणि लांबसडक केस....एकटी राहिली. आणि मनात अढी धरून जगली. आपल्याबद्दल, क्षिप्राबद्दल. बोलणं बंद केलं, संबंध

तोडून टाकले. तो खेळत होता तिघींशी एकाच वेळी. तिघींनाही अंधारात ठेवून. पण एक दिवस समोरासमोर आलो आणि... नव्हतं गं माहीत आम्हाला तो खेळ खेळतोय. खेळ तर आमच्याही भावनांचा झाला ना? तूच का इतकी दुखावालीस?....'

कारी दुखावली होती. तो सल अजूनही होता. तिचं मन एकच प्रश्न विचारत राही...'काय नाही केलं या तिघींसाठी...? नशीब नाईजाचं लग्न झालं होतं, नाही तर तीसुद्धा.....का गुंतलो त्याच्यात एवढ्या? का सर्व अर्पून टाकलं त्याला? लग्न करणार असं म्हणत होता तो ... तर का नाही लग्न केलं त्यानं आपल्याशी? का असा वागला? खरंच का तो एकाच वेळेस आम्हा तिघींशी खेळत होता? देवाजी आणि त्यांचा संसार सोडून या तिघींना बरोबर घेऊन घरातून बाहेर पडलो आपण. आमराई सोडायला लागल्यापासून नाचानाच.. आधी आमराई सोडायला लागली. मग तळोघला राहिलो. मग पुढे जांभळी. फी नाही भरली म्हणून शाळेतून बाहेर काढलं गेलं होतं. देवाजी, माई आणि त्यांच्या मुली कांचनगावला राहिल्या. आपण आलो देवगावला. नार्वेकर मास्तर म्हणजे देव माणूस. त्यांच्या वाड्यातल्या दोन खोल्या त्यांनी आपल्याला दिल्या. नशिबानं आपल्याला शाळेत नोकरी लागली. मास्तरांचीच कृपा. आणि तिथेच तो भेटला. पर्जन्य. नावाप्रमाणेच बरसायचा. वाटायचं इतकं प्रेम कुणी कसं करू शकतं? खूप भ्रम होता की ते प्रेम फक्त आपलं आहे. झापड आली होती डोळ्यांवर. त्याच्याशिवाय काही दिसतच नव्हतं. या दोघी इतक्या का नटतात.. त्या माझ्या घरी येण्याची इतकी वाट का बघतात? त्यांना एकुलती एक चांगली असलेली साडी हवी असायची. कधी क्षिप्रा तर दुसऱ्या दिवशी मुसू... चांगल्याच फसलो आपण. खरं तर त्यासुद्धा फसल्याच. पण नाही समजू शकलो तेव्हा हे. आपलं तरी समजण्यासारखं वय कुठे होतं? आणि जेव्हा समजू शकलो तेव्हा फारच उशीर झाला होता. सगळ्या जणी मनानं फार दूर निघून गेल्या होत्या. आत्ता तरी जवळ आल्या आहेत का?'

कारीनं दोघींकडे बघितलं. दोघी तिच्याचकडे बघत होत्या. तिघींना एकदम हसू आलं. अगदी खळखळून.

'दे ताली ....

'घे ताली ...

'दे फटका ..

'लागेल तुला चटका ....

"आल्या म्हश्या गोठ्यात. आता कसं बरं वाटलं."

"आम्ही म्हैस, तर तू गं कोण आवू ?"

"मी पण म्हैसच ... कारी तुला आठवतं? आपण इंदाक्का, मी आणि तू, मामीकडे हळदीकुंकवाला गेलो होतो. तिथे एक बाई आली होती. तिनं विचारलं 'तुम्ही दोघी सख्ख्या बहिणी?' आपण म्हणालो 'हो.' तर ती म्हणाली, तशा दिसत नाही... तू त्यावर म्हणालीस .. सर्वांत मोठी ही. त्या वेळेला आमच्या वडिलांना सराव नव्हता म्हणून काळी झाली. पुढे सराव झाल्यावर आम्ही झालो. म्हणून आम्ही गोऱ्या. कित्ती चिडली होती ती...."

"मग काय? तिचा खवचटपणा समजत होता बरोब्बर. जहागिरदाराच्या या मुली असं तिला कळल्यावर तिनं प्रश्न विचारायला सुरुवात केली. मग आपण गप्प का बसायचं? तसंही नाव खराब झालेलं होतंच."

"हळदीकुंकू... यावरून आठवलं बघ. तुम्ही लहान होतात. तुम्हाला कदाचित नाही आठवणार; पण नंदा तुला नक्की आठवत असेल. काकूकडे श्रावणात हळदीकुंकू असायचं. आणि अंबईला अगदी आग्रहाचं आमंत्रण असायचं. त्या वेळची पद्धत.... सवाष्णीने पूर्ण साजशृंगार करायचा. अर्थात स्वतःच्या ऐपतीप्रमाणे. आपल्या घरी काय विचारायलाच नको. दागिने परातीने मोजले जायचे. काकूला हे सगळं माहीत असायचं, तर ती अंबईला बोलवायची. आणि अंबई अगदी नटूनथटून जायची.

"आठवतंय ना- अंबईला तसं जायला अजिबात आवडायचं नाही. कारण तिला माहीत असायचं की ती तिथे गेली की कंगाल होऊनच परतणार. पण देवाजींना तिनं दागिने न घालता गेलेलं चालायचं नाही. तिला काका-काकू मारायचे आणि दागिने उतरवून घ्यायचे अंगावरचे. आणि तरीही देवाजींना मात्र त्यांची श्रीमंती दाखवायची कोण हौस असायची!"

"पण काय झालं शेवटी त्याचं? काही तरी उपयोग झाला का त्या दागिन्यांचा? त्यांनी अंबाईला लुटलं आणि गावानं त्यांना लुटलं. संपलं."

"चला, आता जरा पोटपूजा करू या. इथेच मागवायचं की खाली जायचं?"

"इथेच मागवू आता. दमायला झालंय."

जेवून सगळ्या निवांत झाल्या. दोन्ही खोल्या शांत झाल्या. उलटसुलट विचारांचं काहूर शांत झालं. 'या आपल्या पुढच्या पिढीला जहागिरदार पूर्वज बघत असतील का? देवाजी तरी बघत असतील का? आणि जिच्यासाठी म्हणून हा खटाटोप होतो आहे ती अंबई तरी? खरंच, कुठे असतात ही माणसं? त्यांचे आत्मे? त्या वाड्यात असतील? की फक्त हा मनाचा भास? ते सगळे आजू बाजूलाच आहेत.... असा भास...

क्षिप्राला जाग आली ती भद्राच्या आवाजाने.....

"क्षिप्रा, काय करून राहिलीस गं?"

"ये भद्रा, ये. इथे ही खोली रे....... आवू, भद्रा आलाय."

"झोपून सोडलात काय गं"

"ये, उठतच होतो. काल येणार होतास ना?"

"दुकानातून निघताच आलं नाही बघ."

"ओळख, कोण, कोण आहे?"

"ही अवंती की काय?"

"बरोबर. आता हिला ओळख..."

"कारी. तशीच दिसून राहिलीस की गं अजून!"

"काय तशीच दिसणार रे .. म्हातारी झाल्ये आता."

"कारी, म्हातारं माणूस पण सुंदर दिसून सोडतंय बघ. माझी आई,... सुंदर दिसायची"

"आई गेली ना रे. अप्पा आहेत ना..."

"हौदू. सुटली बिचारी. खूप आजारी होती गं. अप्पा आहेत, पण तेही...आता घरी येऊन बघाल तर दिसून सोडतील घे. घरी बोलवायला येऊन राहिलो मी. रात्रीला जेवायला येऊन सोडा सगळ्यांनी."

"सगळ्या जणी?"

"म्हणजे? काय विचारून राहिली तू आवू.. बायकोला सांगून सोडलोय सगळ्यांना घेऊन येतो म्हणून.."

"येतो"

"निघतो मी"

"चहा घेऊन सोड की रे"

सगळ्या जणी हसायला लागल्या.

"ते पूर्वीचे शब्द, ती भाषा, तो शब्दातला हेल ... कितीही शुद्ध मराठी नंतर बोलायला लागलो असलो तरी जे रक्तात आहे ते जात नाही. आणि विसरताही येत नाही."

"अगदी योग्य बोललीस नाईजा. छान वाटतं भद्राचं बोलणं ऐकायला."

"कशाला विसरून सोडायचं? पण चेष्टा करून राहिल्या की गं तुम्ही. मी जातो आता. येऊन सोडा बरं."

सगळ्यांना हुरूप आला. कुणी लहानपणीचं भेटतंय आणि ते आपला दुस्वास

करत नाहीये, हे बघून त्यांना आनंद झाला. नाहीतर गिरा भेटल्यापासून तशा त्या कामेजल्याच होत्या. पण आता मात्र त्या जरा फुलल्या.

''आवू, मी तुझी साडी नेसणार आहे. ती फुलाफुलांची''

''मग मला तुझी हवी साडी मुसू. नाहीतरी माझ्या साड्या नेसूनच मिरवत होतात तेव्हा. आता माझी पाळी.''

''नेसून सोड की गं कारी....''

''नेसूनच सोडते बघ....''

''तुझं काय नंदा?''

''मी नेसीन क्षिप्राची''

''त्यापेक्षा असं करा. सगळ्यांनी स्वतःच्या साड्या इथे ठेवा समोर. आणि कुणीही कोणतीही निवडा. पण लवकर आटपा. घर लांब आहे त्याचं. रिक्षा करू या.''

''नको. चालत जाऊ.''

हा रस्ता वाड्याकडे जाणारा आहे हे लवकरच सगळ्यांच्या लक्षात आलं. क्षिप्रा आणि आवू सगळ्यांच्या चेहऱ्याकडे बघत होत्या.

''वाडा?''

''जवळच आहे त्याच्या घराच्या''

''तू गेली होतीस त्याच्या घरी?''

''हो मुसू. पहिल्याच दिवशी. छान आहे त्याची बायको, मुलगी..आणि अप्पाही बरे आहेत. पडून असतात. अर्धांगवायू ....''

''अशा माणसांना फार त्रास असतो नाही...क्षिप्रा ...''

''त्यांना असतोच आणि त्यांच्या घरातल्यांनाही. मी खूप बघितली आहेत अशी माणसं. नको वाटायचं त्यांचे हाल बघताना. नर्स होणं हे सोपं काम नाही. मनाला पूर्णपणे कोरडं ठेवता आलं पाहिजे. कुणाच्यात गुंतून जाता कामा नये. एक मुलगा आठवतो मला. मी लहान मुलांच्या वॉर्डमध्ये होते तेव्हा, म्हणजे माझी ड्युटी लागली होती तिथे. अगदी दोन अडीच वर्षांचं मूल. त्याचे दोन्ही पाय जन्मतःच एकमेकांना चिकटलेले होते. मांड्यापर्यंत. ते वेगळे करायचे होते. इतकं गोड पोरगं होतं ते. त्याला किती वेदना.. सलाईन... इंजेक्शन्स, औषधं.. पण फार शहाणा होता तो. त्याला गोष्टी ऐकायला आवडायच्या. मग मी रोज त्याला गोष्ट सांगत असे. त्या ऐकण्याच्या भरात तो सर्व काही करून घ्यायचा. फार गुंतले मी त्याच्यात. पण शेवटी नाही जगला तो. सर्व वेदना सहन करूनही ... सेप्टिक झालं आणि पाय कापावा लागला. नंतर नाहीच जगलं ते पोर.''

''नशीब त्या पोराचं, क्षिप्रा. अपंग होऊन कसा जगला असता तो नंतर?''

"मुलं जगतात. कशीही जगतात, जर त्याचं जगणं निश्चित असेल तर. मरण नसेल नशिबात तर मूल जगतं. सुकाण्णा रातोरात पसार झाला. देवाजींनी धारीकाकूला सांभाळायचं नाकारलं. कुठून सांभाळणार? स्वतःच्या मुलींना सांभाळता येत नव्हतं. तरी बरं अमृतकाकांनी तिच्या दोन मुलांची जबाबदारी घेतली. पण तिची आणि विश्वासची जबाबदारी मात्र नाही घेतली त्यांनी. कुठं राहत होते ते? गदग का असंच कुठेतरी. शहापूरला आपल्याला फक्त कानावर यायचं काही बाही. उपाशी पोटी विश्वास नाही का जगला त्या वयात? किती लहान होता.. तीन , साडे तीन वर्षांचा."

"अगं, किती चालायचं अजून?"

"आलोच जवळ"

"क्षिप्रा, वाडा......."

"हं ..."

"हं काय करतेस फक्त? आपला वाडा.."

"मी जवळ जवळ रोज येत्ये इथे आमराईत आल्यापासून."

"मुसू, आत जाऊ या?"

"चला सगळ्यांनी"

"पण कारी, तुला तर इथे पाऊलही टाकायचं नाहीये ना?"

"ए, दिंडी दरवाजा ... आणि हे छोटं दार.. चला गं ..."

त्या सगळ्या जणी आत गेल्या. क्षिप्रा फक्त मागे होती त्यांच्या. तिला सर्वांचं बोलणं ऐकण्यात रस होता. आणि स्वतःला काहीही बोलावसं मात्र वाटत नव्हतं. पहिल्या दिवशी नवीन वाटलेली प्रत्येक खूण आता सरावाची झालेली होती. आता प्रत्येक कणाशी ओळख झालेली होती. प्रत्येक वस्तू तिच्याशी बोलत होती. त्यांच्या वेदना सांगत होती. पण तरीही काही भाग अस्पर्शित राहिला होता. वाडा इतका मोठा होता, की काही भाग अजून फिरून झालेला नव्हता. अवंती इतरांना तिने फिरलेल्या वाड्याच्या भागातून नेत होती. बोलत होती. जुन्या आठवणी, काही प्रसंग सांगत होती. आणि क्षिप्रा त्या अस्पर्शित भागाकडे वळली. तसा आता काळोख होऊ लागला होता. संधिछाया इथे जाणवत होती. हलकासा गुलाबी, लालसर प्रकाश आणि आभाळात मोठा झालेला चंद्र. रोज थोडा थोडा वाढणारा आणि मोहवणारा..

क्षिप्राला वाटलं, 'आपण इथे का नाही आलो आधी? हा भाग तर बराच बरा आहे वाड्याचा. थोडासा आतला भाग आहे म्हणून ठीक राहिलेला दिसतोय. अथवा असंही झालं असेल की वाड्यात आता कुणी नाही.... सगळे पळून गेले..म्हणून मग आगी लावणारेसुद्धा निघून गेले असतील? आणि इथे कुणी

आलं नसेल. वाडा जळत ठेवून निघून गेले असतील....

हे काय आहे? हे कपाट अर्धवट जळलेलं... कुणाचं? देवाजींचं? काय आहे हे? कसली पेटी आहे आत?'

"अगं पोरींनो, इथे या लवकर. इथे बघा काय आहे...."

"काय करत्येस इथे क्षिप्रा?"

"नाईजा, हे बघ इथे....कारी, ही पेटी बघ आवू, अगदी सुरक्षित आहे..., नंदा ये ना आत.. बघ...मुसू...."

"अजून काय आहे कपाटात?"

"काही नाही "

"नीट दिसत नाहीये"

"मोबाईलमधला टॉर्च लावा कुणीतरी..."

"हे बघ, एक गाठोडं आहे अजून ... एकदम खाली... काढ ते बाहेर...."

"जरा हळू. कपाटाला धस लागली आहे. निखळेल काही तरी..."

"हे घे.. आणि अजून काही दिसत नाहीये"

"ही खोली देवाजींची खासगी खोली होती ना?"

"हो, मलाही तसंच वाटतंय."

"मग इथे अजूनही काही तरी असणार."

"आपण अशा आत येतो, हे सर्व बघतो, कुणी हरकत तर घेणार नाही ना? किंवा कुणी काही ..."

"कुणी काही बोलणार नाही. हा वाडा अजूनही जहागिरदार घराण्याचा आहे. कुठेही कायदेशीर बाबी झालेल्या नाहीत आणि कुणी कुठे सह्याही केलेल्या नाहीत. तेव्हा.... काही होत नाही."

"ही तिजोरी बघ. अर्धवट वितळलेली. इथेही काही तरी आहे ..अगदी खालच्या चोर कप्प्यात. पण अर्धवट जळलेलं आहे."

"बघ तर काय आहे?"

"तुम्हा सर्वांना असं वाटत आहे का, की काहीतरी संपत्ती मिळणार आहे आता... घबाड लागलंय हाताला? तसं वाटत असेल तर विसरून जा... असं काहीही होणार नाही."

"तसं काही नकोही आहे आम्हाला. पण उत्सुकता असतेच ना .."

"जे काही मिळालं आहे ते घ्या आणि निघा आता. उशीर होतो आहे आणि शिवाय काळोख वाढतो आहे."

"हो, आणि भद्रा आपली वाटही बघत असेल. निघा बरं."

भद्राकडे पोचायला नाही म्हटलं तरी दहा-पंधरा मिनिटं लागलीच. त्या

जशा दिसल्या भद्रा आनंदला.

"अप्पा, या आल्या बघा .... या या, गौरा, येऊन जा की गं बाहेर."

"अप्पा, ओळखलं का? मी कारी, आणि ही मुसू , तुमच्या दुकानातून चिंचा चोरायचो.... त्याचं काय असायचं भद्रा, अरे घरात कितीही मुबलकता असो, चिंच, करवंद, कैऱ्या, या गोष्टी चोरून खाण्यातच मज्जा वाटायची. अप्पांनी कित्ती वेळा देवाजींकडे तक्रार केली असेल, पण आम्ही मात्र..... देवाजी रागे भरायचे आम्हाला. पण खर सांगू तर त्यांचा आवाज वाढण्याआधीच आम्ही पळून जायचो. अप्पा, हे घ्या, तुमच्यासाठी आणलंय."

"येन तंदी? नीनु हागे इद्दी ...येनु बदल आगलील्ला..."

"ना येन बदल आगतेनी ...इवू मुसू कुडा हागे इद्दाळ"

"आम्ही सगळ्या जणी अजून तशाच आहोत अप्पा. म्हणतात ना 'बटाटयाच्या भाजीवर जशा पुऱ्या, जहागिरदारांच्या पोरी कधीच होत नाहीत म्हाताऱ्या.'

"अगो, असं कोण म्हणून राहिलंय गं ?"

"आम्हीच"

"का येऊन सोडलात गं पोरींनो?"

"सहज"

"नाही अप्पा. आम्ही इथे अंबईचा शंभरावा वाढदिवस साजरा करायला आलो आहोत. भद्रानं सांगितलं नाही का तुम्हाला?"

"महौदू येन रे हेळीद्दा..आदरु निवू येन अरे भलता माड बॅडरी इग ..मंदी छलो इल्ला..इनू यारु मरत बिडल्लीला आ दिना..."

"माहीत आहे अप्पा, तुम्ही नका काळजी करू. आम्ही खूप काही करणार नाही आहोत. फक्त तुळशी वृंदावन बांधणार आहोत. आणि एक तुळस लावणार त्यात. दिवा लावणार आणि नमस्कार करून निघून जाणार. पुन्हा काही इथे येणार नाही."

"काय?"

"अप्पा तेच म्हणून राहिले की कशासाठी करून राहिलात हे? तो बिल्डर, तो फोन करून सोडला नाही बघ अजून. आणि....."

"बघू भद्रा, कायदा ओलांडून काहीही करणार नाही. खात्री ठेव."

"तो विषय आता राहू दे. गौरा, तू काय करतेस?"

"घरातच असते. आणि चित्र काढते. आवडतं मला"

"अरे वा! तुझं माहेर कुठलं?"

"मी पुण्याची."

"तरीच तुझी बोलण्याची पद्धत वेगळी आहे."

"असं काही नाही. मी इथल्यासारखं पण बोलून सोडतेकी ..."

"मस्त. भद्रा, तुझी बायको हुश्शार रे"

"अरे, लाजतोस काय?"

"गौरा, तुझी चित्र दाखव ना"

"आत येता?"

गौराने काढलेली चित्रं बघता बघता कारी हरवली. त्यातल्या एका चित्रामध्ये तिला तीच दिसू लागली. ती घाबरली. ते चित्र लपवयला हवं असं तिला वाटू लागलं.

"आपला हा चित्रातला चेहरा कुणी ओळखणार तर नाही ना? गौरानं कधी बघितलं असं आपल्याला? आपण अशा कधी बसलो तिच्यासमोर अशा? हे असं आरस्पानी आपलं रूप तिनं कधी बघितलं? नाही हे चित्र आपलं नाही. तो चित्रकार वेगळा होता. तो, तो ...."

कारी हरवली. ती तेव्हा देवगावात राहत होती. देवाजींच्या घरातून बाहेर पडलेली. सोबत तीन लहान बहिणी. त्यांची आणि स्वतःची उपासमार असह्य झाली तशी ती बाहेर पडली. आणि त्याआधी भुकेसाठी केलेली वणवण तिला विसरता येत नव्हती. तिनं नाईजा, क्षिप्रा आणि मुसूकडे बघितलं. त्यांना तरी ती वणवण विसरता आली आहे का, असा प्रश्न तिला पडला. इंदाक्काकडे राहायला जायचं आणि तिथे गेल्यावर वेड्या विशाखाला फसवायचं. ते तिला आठवलं. मंदे खुंटावर मिळणारी भजी आठवली. कधी सणासुदीला वेड्या विशाखाला मिळालेला एक पैसा तिच्या डोळ्यांत सलत असायचा, तेही आठवलं. मग तिला फसवून, तो पैसा हातात येईपर्यंत खेळात घ्यायचं आणि तिला ठरवून हरवायचं, तो पैसा ताब्यात घ्यायचा आणि मंदे खुंटावर जाऊन भजी खायची- एका पैशाला बारा भजी... आणि त्यानंतर घरी गेल्यावर मिळणारा चोपही आठवला. पण त्या भजीच्या चवदार बदल्यात मिळणाऱ्या माराचं विशेष काही वाटायचं नाही. कारण तो एक पैसा आपल्या बापानंच कुठून तरी मिळवून वेड्या विशाखाला उपभोगानंतर दिलेला असायचा बहुतेक...हेसुद्धा कारीला आठवलं. आणि मग बहिणींना घेऊन देवगावची धरलेली वाट आठवली.

'बाहेर तर पडलो आपण, पण राहणार कुठे... खाणार काय... हे प्रश्न होतेच की! पण बरी भेटली माणसं. दिली मदत. आणि नव्यानं जगायला

सुरुवात केली. बाकी काहीही असो, देवाजींचा एक गुण आपल्यात आला आहे- मोडेन पण वाकणार नाही. आपण तग धरला. वाकलोही नाही आणि मोडलोही नाही. आणि या तिघींना मोडू दिलं नाही. पण त्याची किंमत मात्र फार मोठी मोजावी लागली आपल्याला.

तो छान होता. पर्जन्यसारखा नव्हता. तो कलाकार होता आणि त्याला म्हणूनच जाण होती, भावनांची आणि आपली.... त्यानं स्वच्छ सांगितलं होतं.. 'कारी, तू सुंदर आहेस, आणि तू कमनीय आहेस, मी चित्रकार आहे आणि मला तुझी कमनीयता टिंब टिंब जोडून जशी रेषा बनते तशी दिसते. मला तुला रेखाटायचं आहे. आणि तुला त्याचे पैसेही मिळतील.'

पैसा शब्द ऐकला आणि आपण तयार झालो. ओलेती कारी, आदिवासी कारी, साज शृंगार केलेली कारी, आणि पारदर्शक साडीतली कारी आणि आणि मग नग्न कारी........

तो आरस्पानी सौंदर्य म्हणायचा आपल्याला... ... पण आपल्याला फक्त पैसा दिसायचा. आपण अरसिक होतो? नाही. आपलं सौंदर्य आपल्याला समजत नव्हतं? होतं. पण तरीही आपण मख्ख असायचो. त्या दिवसाचं काम संपलं की कोऱ्या चेहऱ्यानं साधी- थोडीशी जुनाट पण स्वच्छ साडी लपेटून घ्यायचो आणि दुसऱ्या दिवशीची वेळ ठरवून निघून जायचो.

घरात तिघी असायच्या, आपली वाट बघत. आपली वाट बघायच्या की आपण नेसून गेलेल्या साडीची?

तो मनात रुतत गेला हळू हळू. आपण कधी त्याला स्वाहा झालो, समजलं नाही...... तो पुढे मोठा चित्रकार झाला... आपण मागे राहिलो.... मग तशाच राहिलो. एकट्या...अगदी या क्षणापर्यंत....

पुढे नाटकात काम केलं. ते तर तसंही करत होतो- गरज होती ना! मातृवेणा नाटकात राष्ट्रीय पुरस्कार मिळाला, सर्वोच्च अभिनयाचा पुरस्कार.... अगदी दिल्लीला गेलो त्यासाठी... अर्थात पुरस्कार मिळायला हवाच होता. मातृत्व कधी आलंच नाही.....कधीच आई झालो नाही आणि तरीही मातृवेणासाठी पुरस्कार मिळतो?......गंमत आहे सगळी!

"कारी, आवडली चित्रं ?"

"अं? हो हो फार सुंदर आहेत. पण ही कला इथे आमराईत वाया जात आहे तुझी. तुला या चित्रांचं प्रदर्शन भरवायला हवं. मी बोलू का भद्राशी ?"

"नको. ही माझी आवड आहे. माझ्या मनाला आनंद मिळावा म्हणून."

"माझ्याकडे दे ही चित्रं .. चालेल?"

“मी विचारते...”

“ठीक”

“चला, जेवायला येऊन सोडा गं......”

कलकलाट थांबला होता. त्या दोन खोल्या शांत झाल्या होत्या. थोडा गारवा वातावरणात आला होता. चंद्र अगदी मध्यावर आला होता. आणि कारी एकटीच जागी होती.

‘एक भव्य वाडा... कुठला आहे हा? या वाड्याची भिंत इतकी उंच आणि रुंदीला इतकी मोठी की बैलगाडासुद्धा जाऊ शकेल त्या भिंतीवरून! ऐसपैस वाडा. हा वाडा नक्कीच अंबईचा... म्हणजे आपल्या आजोबांचा. हो, ती काय मामी आहे समोर आणि मामासुद्धा बसला आहे तिथे. काय करतोय तो? शेतावरून पोतीच्या पोती आली आहेत... शेंगा? भुईमुगाच्या... दाणे सोलून खावे आता. पण ती कोण ओरडत्ये ? मामी... ती तशीच आहे. स्वतःला ना मूल ना बाळ... आणि आम्ही कधी काळी आलो इथे, तर आम्हा मुलांना उपाशी ठेवेल. खाऊ दिलं तर त्या बदल्यात कित्ती तरी काम करून घेईल; पण एक दाणा काही जास्त देणार नाही. त्या खोलीत चार दिवसांपूर्वी कित्ती आंबे उतरवले आहेत. कुजून, सडून जातील आंबे; पण एखादा आंबा जास्तीचा खायला देणार नाही. धुणी धुवा आणि भांडी पण घासा. तरी तिचा राग काही जात नाही. नकोच वाटतं इथे यायला. पण.....सतत काम? पोटासाठी असं दारोदार भटकत राहायचं? निर्लज्ज होऊन... अंबई असती तर असं झालं नसतं....’

“घासा गं भांडी पटापटा. भूक लागली आहे केव्हाची. शिवाय पुन्हा जेवून भांडी घासायला यावं लागेलच.”

“मी नाही येऊन सोडणार”

“वा गं ...म्हणे मी नाही येऊन सोडणार.. मामी बरी नको म्हणेल तुला? आणि चिन्मय आहे नं बरोबर. तो करतो आहे की मदत.”

“चिन्मय दादा म्हणा मला. मी मोठा आहे तुमच्यापेक्षा ... एक विचारू? का येता तुम्ही इथे? मामी नीट बोलून सोडत नाही ना तुमच्याशी? मग?”

“तू का येऊन सोडतो इथे? तुझ्याशी मामी नीट बोलून सोडते?”

"नाही. क्षिप्रा, तू आणि मुसू, आणि नाईजा आणि मी राजू आणि नंदू , आपण सगळे सारखेच आहोत की गं ... अंबई मावशी गेली आणि तुम्ही एकट्या होऊन गेल्या, आणि इथे आम्ही पण गरीबच की गं .....येऊन सोडतो झालं."

"कशी आहे रे कामिनी मावशी?"

"तशीच... ओढत्ये काम नि खाऊ घालते आम्हाला... पण स्वतः उपाशीच निजते... तुला सांगून सोडतो बघ मी...ज्या दिवशी मोठा होऊन जाईन ना...त्या दिवशी या मामीच्या तोंडावर पैसा फेकून सोडीन... सांगून जाईन...घे तू दिलेली भीक मी परत करून सोडलो बघ... आणि मग अव्वाला माझ्या मोठ्या घरात नेईन आणि लुगडी आणिन आणि खूप खायला आणिन... आणि मग ती मला जवळ घेऊन सोडेल. माझ्यावर माया करून राहील. आणि आणि कानशिलावर बोटं मोडून सोडेल. आता तर तिला मला जवळ घेण्यासाठी पण वेळ नाही गं.."

"चिनू, रडू नकोस की रे ...आम्ही पण येऊ तुला भेटायला.... आणि आम्ही पण खूप पैसे कमवू. आणि आम्ही पण ... भजी आणि आयस्फ्रूट आणू न् तुला काळी टोपी आणू.."

"निघा आता.... मामी ओरडून सोडेल नाहीतर..."

चिनू त्याच विचारात सर्वांबरोबर नदीकिनारी गेला. आता सगळी खरकटी भांडी घासायची होती आणि कपडे आदळून काढायचे होते. आपणसुद्धा भिकारी, ही भावना त्याला अस्वस्थ करत होती. अव्वाला चांगले कपडे घ्यायचे आणि तिला खूप खाऊ आणायचा.. त्यासाठी लवकर मोठं व्हायचं आणि...

त्याची तंद्री मोडली जेव्हा क्षिप्रा रडत ओरडू लागली...

"अगो....एक वाटी मिळून नाही राहिली गं"

"काय सांगून राहिली तू? मामी मारून सोडेल ना....."

"आता?"

"तुम्ही जाऊन सोडा बघू घरी..मी बघतो..नाही तर मामी धाडून सोडेल कुणाला तरी इथे आणि ..."

"आम्ही जातो चिनूदादा .. पण"

"अंगाची थरथर जात नव्हती. मामी आता बदडून काढणार. पुन्हा वाड्यावर येऊ देणार नाही. वर्षातले पंधरा वीस दिवस अगदी पोटभर नाही पण दोन वेळेचं पोटात जाणारं अन्न मिळणार नाही. ती चोरही ठरवेल आपल्याला. आणि अण्णाजींना ते खरंही वाटेल. नाईजा, मुसू आणि क्षिप्रा अगदी गुपचूप जात आहेत. त्यांच्या डोळ्यांत पाणी आहे. आपल्याही आहे. त्या पाण्यात तरंगते आहे, दिसते आहे ती केवळ एक वाटी.. अशी कशी हरवली? भांडी मोजून दिली होती का मामीनं? तिला समजेल का एक वाटी नाहीये ते...? इथूनच पळून जावं का? वाड्यावर

जाऊच नये. मामा काहीसुद्धा बोलणार नाही मामीपुढे. तोही आपल्याला चोर म्हणेल? अंबई ...ये ना गं ... नाही गं वाटी चोरली..हे तुझं घर ना गं? तू सांभाळ ना तुझ्या लेकींना... तुझं माहेर ना हे ? वाचव ना... ऊर फुटून जातोय.. हे आश्रिताचं जीवन नकोसं झालं आहे. कर ना गं मला लवकर मोठं.''

''मामीला कळलं तर उपाशी ठेवेल ती, मारेल... आपण पैसे मागवायचे का... इंदाक्काकडून? ती देईल?''

''कोण जाऊन सोडणार इंदाक्काकडे? आणि कसं? आणि इथे मामीला काय सांगणार... कुठे गेलो होतो? आणि इंदाक्काकडे पैसे असणार?''

''का जाऊन राहिलो गं आपण नदीवर? तिथे वाड्यात विहिरीवर का नाही घासून सोडली भांडी?''

''रडू नकोस की गं. मला पण रडू येऊन सोडतं...''

''क्षिप्रा का मारून राहिली तू स्वतःला? नको की गं..''

''मला नको हे .. नाही राहून सोडायचं मामीकडे. मी जाणार आता घरी. नको मला काही.. नाही भूक मला. जगायचं पण नाही मला. का जगून राहिलो आपण?''

'आणि नंतर किती वेळ गेला. मामी विचारून राहिली की चिन्मय कुठे उलथून सोडला? आपण गपगुमान. सगळेच गपगुमान.. एक तास, दोन तास, चार तास...आणि चिनू आला..'

''हे हे हे , सापडली वाटी..... चिखलात होती लपलेली...घाबरायचं नाही आता....सापडली, सापडली...''

चिन्मय पुरा चिखलानं माखून गेलेला. त्याच्या पोटात भूक, डोळ्यांत आनंद, हातात वाटी... चार तास...! एका साध्याशा वाटीसाठी ... गळ्यात गळे घालून रडत राहिलो सारे जण... आणि मामी ओरडून राहिली... 'कामं करा सांगून राहिलो तर रडू येतंय होय.. गिळताना रडू येत नाही की गं तुम्हाला... चोर कुठले...'

चोर? आपण चोरी केली?आपली चोरी सापडली? काय होतंय आपल्याला? स्वप्नं बघत होतो? रात्र सरत आली आणि आपण जाग्या आहोत की झोपेत जाग्या आहोत...? कोणती चोरी? खोटं बोलून न्यूड मॉडेलसाठी तास तास बसत होतो, चोरून जात होतो ..ती चोरी सापडली? कुणाला? त्यात मग वाटी कुठे आली? काय होतंय? सगळ्या जणी किती शांत आहेत झोपलेल्या.. मग आपण का अशा अस्वस्थ? ....असं काय होतंय? वाडा बघून आलो म्हणून? पण वाड्यात जितकी वर्षं राहिलो, त्यापेक्षा किती तरी जास्त आयुष्य असं वाऱ्यावर

गेलं. की ती चित्रं बघितली म्हणून.. सगळं ढवळून निघालं. याच गोष्टीपासून आपण पळत होतो आणि क्षिप्रा याच गोष्टींना सामोरी जात आहे...जे आपल्याला आजिबातच मान्य नाही. नव्हतं... म्हणजे आता मान्य आहे? काय गोंधळ आहे सगळा? चिन्मय का आठवला? मामी का आठवली? अजूनही ही माणसं आपली पाठ का नाही सोडत? मागच्या कुठल्या तरी जन्मातल्या या गोष्टी असाव्यात असं वाटतंय, तर जाऊ दे ना...कशासाठी हा खेळ? खरंच, कशासाठी हा खेळ? सकाळ झाली की सरळ निघून जावं. नको हे काहीच...जावंच...'

"काय चाललंय तुझं कारी?"

"मी जात्ये घरी. बास झालं इथे राहणं."

"काय गं, असं अचानक? काल तर छान होतीस. भद्राकडे मस्त हसत खेळत होतीस. शिवाय गौराला सांगितलं आहेस तिच्या चित्रासाठी तू काही तरी करशील म्हणून..आणि आता हे असं?"

"ती तशीच आहे लहानपणापासून. सणक आली की निघाली. काही विचार नाही आणि काही बघायचं नाही..."

"हो, आहे मी तशीच. सणक येते म्हणून तुम्हाला घेऊन मी घराबाहेर पडते. तुमचं तिघींचं शिक्षण करते. तुम्हाला खाऊ-पिऊ घालते आणि कपडालत्ता करते..समाजाच्या वाईट नजरेपासून तुमच्या आणि माझ्या शरीराचं रक्षण करते .. समजलात?"

"हो. समजलो. अंबू शिंपिणीकडून कपडे शिवून घेतेस.. आमच्यासाठी..."

"कपडे नाही हा ... चड्ड्या...सूत कातून विणून घेतलेल्या कापडाच्या..."

"आणि ती अंबू शिंपीण.... तिला जेव्हा लहर येईल तेव्हा ती शिवून देणार...शेतातल्या धान्याच्या बदल्यात..ते धान्य पण कसं मिळवायचं? तर शेतात काम करून... आणि सारखं तिच्या मागे लागलं की ती काय म्हणायची?..."

"काय गं... जरा हवा लागू दे की गं ... एक सारखं काय गो झाकून राहायचं म्हणतो मी?"

"खी खी करून हसू नकोस... खूप दिवस हवा लागू दिली तिच्यामुळे..."

"काय चावट बोलून राहिल्या गं या पोरी ...."

"आणि तो चिन्मय आठवतो काय?"

"न आठवायला काय झालं? आपण नेहमीच्या वखवखलेल्या, जरा संधी मिळाली की जायचो मामाकडे.. आणि तेही तिघं जन्माचे भुक्कड यायचे तिथे..."

"किती गंमत ना... मामा एवढा श्रीमंत; पण त्याला पोर नाही आणि आपल्याकडे

सगळीकडे भोसकं पडलेली आणि मुलींची हीऽऽऽ मोठी लाईन."

"ए, अंदाज सिनेमा आठवतो काय? ती जाहिरात करणारा, सायकलवरून कर्णा घेऊन जाणारा.. अंदाज देखो... दिलीप कुमार...राज कपूर...नरगीस का.. अंदाज देखो... वेडा.. नरगीस असं पुकारायाचा. नर्गिस म्हणता यायचं नाही त्याला. आणि आपण चिनूला चिडवलं होतं ...."

"ए न र गी स बाई , ए न र गी स बाई "

"आणि त्यानं सरळ त्याची चड्डी खाली केली..म्हणाला 'बघा बघा मी मुलगी आहे का? ...काही पण बोलून राहिल्या गं तुम्ही ...."

"तो तसाच उभा आणि कारीनं नाईजाच्या डोळ्यांवर हात ठेवला.."

"आणि आपण मात्र बघत राहिली...."

"पुरे झाला चाहटळपणा ...चला.. चहा हवा आहे. इथे मागवतेस का ?"

"मागवते."

"श्लोक म्हणावा लागेल. नाही तर मामा चहा पिऊ द्यायचा नाही. त्याचं भूत इथे उभं राहील." '

"म्हणते नं श्लोक... वदनी कवळ घेता ...."

"पुरे. वदनी आता कवळ नाही तर कवळी आली आहे......"

"ती वाटी आठवते?"

"हो! किती घाबरलो होतो आपण. खरं तर मामीकडे टोपल्या भरून वाट्या, फुलपात्रं पडलेली असायची.. तिला कशाला कळलं असतं? पण आपण घाबरट ...तिथे कशाला कोण मोजून ठेवतंय भांडी? आणि कुणासाठी ठेवणार होती मामी ते सगळं?"

"जाऊ दे ना..... पण तिच्या अंगणातलं बकुळीच झाड मात्र मला आजही आठवतं. काय सडा पडायचा ... आणि आपण वेचायचो फुलं. हात, पाय, परकर, मन सगळं बकुळीच्या गंधानं भरून जायचं. आणि मग ती फुलं ओवायची. केळीच्या सोपटाच्या धाग्यात..पूर्ण वाडा वेढला जाईल एवढा मोठ्ठा हार करायचा.....आता बकुळ दिसतही नाही.."

"पण बकुळा दिसते ना ...शिनेमातून"

"हो, दिसते ना.. पिटात बसून शिनेमा बघितला ....बकुळा काय नाचून राहिली होती गं .."

"आणि या वेड्या.. बकुळा नाचताना गरगर फिरायला लागली की या वाकवाकून बघायच्या..आतलं काही दिसतंय का......."

"तू मोठी शहाणी होतीस ना...."

"होतेच.. मातीचे नाग कोण करायचं? आणि विकायचं कोण? त्याच पैशांतून

तर शिनेमा बघायचो ना आपण?''

''आणि ती नानी... शेजारची गं.. ती असायची बायकांना शिनेमाच्या तंबूत आत सोडायला.. डोअरकीपर म्हणून. बिचारी चांगली होती. गर्दीत जायचं आणि माझी आई पुढे जाऊन राहिली की गं, म्हणून आई आई करत घुसायचं ....''

''आणि त्या थोड्याशा पैशांतून भरपूर चुरमुरे आणि दाणे... बकाबका खात सिनेमा.''

''सिनेमा नाही.. शिनेमा..''

''शिनेमा बघायचा ....''

'काय मजा यायची ....ही अशी मजा आत्ताच्या पोरांना नाही गं. त्यांना काय? एक फोन केला की तिकीट हजर. आणि खाण्यासाठी इतकं काय काय असतं की....''

''घ्या, चहा आला..''

''तुम्ही चहा घ्या, तोपर्यंत मी साखरदांडे भेटतात का बघते. म्हणजे फोनवर.''

''क्षिप्रा....''

''कारी, तू जात नाहीयेस, यात मला खूप आंनद आहे. आत्ता काही वेळापूर्वी निघाली होतीस.. थांबलीस आता, ते छान वाटतंय. मी तुला काहीही करायला सांगत नाही. फक्त नकार मनात ठेवू नकोस. कुठल्याच बाबतीत. झालं तर उत्तम, नाही झालं तरी उत्तम. ते वृंदावन बांधण्यासाठी मी इथे आले नव्हते. उलट मला तर कल्पनाच नव्हती की असं काही मला करावंसं वाटेल. तो हेतू मनात नव्हताच. पण वाडा बघितला, अंबईची खूप आठवण येऊ लागली. आणि मग दिसलं ते भग्न तुळशी वृंदावन.. तेव्हा मनात विचार आला.... बस्स.. हे बांधायचं ....! अर्थात, कायद्यानं .. इथे आता पुन्हा जहागिरदार बदनाम होता कामा नयेत. पूर्वी झालं ते खूप झालं.''

''कर तू फोन. नाही म्हणाला तो, तर मला सांग. बघतेच मग मी....''

''क्या बात है ... ही आहे खरी कारी...''

''लागला फोन .. हॅलो, मी क्षिप्रा बोलत्ये. परवा तुम्हाला वाड्यात भेटले होते.. हो हो.. आमराईमध्ये. काही ठरलं का तुमचं? बोललात का तुमच्या वडिलांशी?...... असं? बरं. हो मी करेन फोन.'' तो म्हणतो आहे, की त्याचे वडील कुठे बाहेरगावी गेले आहेत. ते आज संध्याकाळी येणार आहेत. तेव्हा फोन करा. तर करू तेव्हा फोन.''

''मग आजचा कार्यक्रम काय?''

''काल आपण वाड्यावरून काही घेऊन आलो आहोत. बघायचं का आत्ता?''

''बघू की. काय गं आवू?''

“ठीक. आणा, ते गाठोडं.”

“ना अंघोळी ना पांघोळी, नुसती शिळी घंगाळी”

“घंगाळीची कल्हई, जाऊन खा मलई”

“हे बघा काय आहे...किती जुना कागद.. मला नीट दिसत नाही. नाईजा जरा बघ गं”

“अरे... ही तर वंशावळ आहे... वाचू?”

“त्यापेक्षा असं कर, तू स्वच्छ अक्षरात लिहून काढ ना.”

“आपण मुळात जहागिरदार नाही आहोत..”

“काय?”

‘हरित गोत्री श्री चोरवरस हे प्रथम तेराशे पन्नास इसवी सन मधे देवगावजवळ कालुष्टे इथे आले. हे आपले पूर्वज. पुढे वेकाजी तिमाजी हा हंगरगे जहागिरदार घराण्याचा मूळ पुरुष. आणि इथून पुढे आमराईकर जहागिरदार घराणं सुरू झालं. याआधी काही पिढ्या आहेत. त्या आता सांगत नाही. तर आपण खरे चोरवरस. आपले पणजोबा शिवाजी बाबूराव आणि त्यांचा मुलगा रामचंद्र म्हणजे आपले आजोबा आणि त्यांचा मुलगा म्हणजे मणिशंकर जे दत्तक गेले...म्हणजे आपला बाप.”

“आणि?”

“आणखीन काही नाही. फार गुंतागुंत आहे सगळी. त्यासाठी खरंच नीट लिहून काढावं लागेल. मला जरा वेळ लागेल...”

“ठीक आहे मुसू, तू घे वेळ.”

“पण हा फोटो बघ ना देवाजींचा...किती सुरेख होते दिसायला. त्या काळी म्हणजे तारुण्यात तर अगदी...”

“तारुण्यात काय .. अगं चाळिशी उलटली तरी देखणे दिसायचे. एकदा काय झालं, आले होते माझ्याकडे चार दिवसांसाठी. मी तेव्हा यवतमाळला होते राहायला. चाळीत राहत होतो आम्ही. तर देवाजी उभे होते गॅलरीत. आणि समोरच्या चाळीतली एक मुलगी, असेल पंचविशीची ...ती आली माझ्याकडे. विचारू लागली, ते जे सकाळी उभे होते बाहेर ते कोण? लग्न झालंय का त्यांचं?”

“खरंच?”

“अगदी खरं.”

“आवू, तू केव्हा होतीस गं यवतमाळला?”

“घर ना दार, अशी परिस्थिती होती लग्न झाल्यावर.... कुठून कुठे हिंडलो, कुठे बस्तान बसवायचा प्रयत्न करत राहिलो... आमच्या सासरे बुवांनी सगळीकडे

हाकाट्या मारून ठेवल्या होत्या ना, की माझा पोरगा चोर आहे, त्याला कामधाम देऊ नका. छायाछत्र देऊ नका. आणि त्यातून आपले देवाजी... आणि तरीही ते आले तिथे..हे एक आश्चर्य होतं. ते जाऊ दे.. तर ती मुलगी...तिने विचारलं लग्न झालंय का त्यांचं?''

''मग तू काय म्हणालीस तिला?''

''मी म्हटलं, तुला माझी सावत्र आई व्हायचं आहे का? हो. माझी हरकत नाही......''

''काय पण!''

''बाप होताच तसा देखणा''

''क्षिप्रा, उगीच कौतुक नको देवाजींचं... ते रूप होतं म्हणूनच... सावत्र आई, सावत्र मावशी, सावत्र आज्जी... आणि अजून किती जणी....''

''चला, सिनेमाला जायचं का आज?''

''पिटातला?''

''चुरमुरे, दाणे घेऊन?''

''चला ......''

क्षिप्रानं विषय बदलला खरा; पण तिच्या मनातून देवाजी काही गेले नाहीत.

'मी एकटीच अशी आहे का की जिला देवाजींबद्दल काही तरी वाटतं? अजून कुणालाच काही वाटत नाही? आपण तरी इथे आलो ते अंबईसाठी म्हणूनच ना? आणि आपल्यालाही आठवतात सर्व गोष्टी देवाजींच्या, ज्या या पोरी सांगत आहेत. तरी मग त्यांच्या विरुद्ध कुणी बोललं तर आपल्याला त्रास का होतो? असं काय होतं त्यांच्यामध्ये? कधी त्यांनी आपल्याला जवळ घेतलं नाही, प्रेम तर दूरचीच गोष्ट. जमीनदारी गेली आणि संपत्ती गेली, वाडा गेला, दोन वेळच्या अन्नाची भ्रांत पडू लागली. एक पैशाची चार-पाच दोडकी मिळायची. मोठ्या भांड्यात पाणी घेऊन त्यात मीठ मिरची घालून त्यात ती दोडकी शिजवायची, ते पाणी आणि भाकरीचा तुकडा असं कालवून खायचं. आता दोडकी दिसली तरी मळमळायला लागतं. अंगावर धड कपडा नसायचा...नंदानं सेवा दलात चरख्यावर सूत काढलं होतं. ते सूत विणकराला देऊन त्याचं कापड विणून घेतलं होतं एकदा. त्या विणकराने उपकार म्हणून त्या कापडावर निळ्या फुलांचे छाप मारून दिले होते. त्या कापडाचे तीन फ्रॉक शिवले होते. आपल्याला, नाईजाला आणि मुसूला. पण कसलं काय.... कच्च्या सुताचं कापड ते..कशाला टिकतंय! नेमकं छातीवर फाटलं. मग काय?भर उन्हाळ्यात स्वेटर घालून फिरायला लागलं होतं. लोकं विचारत तर सांगत होतो, माझं अगदी उलट आहे, मला हिवाळ्यात

उकडतं आणि उन्हाळ्यात थंडी वाजते. पण आतून नुसत्या घामाच्या धारा लागलेल्या असत. हे सगळं कुणामुळे सहन करायला लागलं? का बालपण असं खडतर गेलं? आणि फक्त खडतर नाही गेलं तर लोंकाच्या नजरा जाळत असत त्या बालवयाला. कोमेजून, सुकून गेलेलं ते बालपण.. कोणामुळे? देवाजी हेच एकमेव उत्तर.. आणि तरीही आपल्याला आपला बाप का आवडतो? आजही त्याच्या बद्दल कुणी काही वावगं बोलतं तर आपल्याला का नाही सहन होत? बाप बेडर होता आपला. आपणही बेडर झालो आहोत.. ती त्याच्यातली रग आपल्यातही आहे. बंड करण्याची वृत्ती आपलीही आहे. म्हणून बाप आवडतो की काय? आत्तापर्यंत कधीच असा विचार नाही केला आपण. कधीही नशिबाला दोष दिला नाही. कधी रडत बसलो नाही. जे काही आयुष्यात घडत गेलं ते स्वीकारलं; एवढंच नाही, तर ते जे काही घडलं ते घडविणारे आपणच होतो. उगाच नशीब, प्राक्तन अशा शब्दांचा आधार घेऊन स्वकृतीला सावरायचं नाही. हा स्वभाव बनला, तोही देवाजींच्या स्वभावासारखाच. खरं तर खूप कमी सहवास मिळाला त्यांचा. खूप लहान असतानाच वेगळे झालो त्यांच्यापासून. आणि तरीही त्यांनी काही तरी ठेवलंच त्यांच्यातलं आम्हा सर्वांमध्ये. या कुणालाच हे पटणार नाही. त्या ते मान्य करणार नाही. पण त्यांनी जे त्यांचं आयुष्य सावरलं आहे, जगलं आहे हिमतीनं, ती हिम्मत, तो गुण देवाजींचाच.''

''काय गं, कसला विचार चाललाय?''
''काही नाही गं आवू.. असंच.''
''घरची आठवण येत्ये का? माऊला, बनीला फोन कर ..बरं वाटेल.''
''करते.''

''पत्ता काय तुझा आई? बहिणींमध्ये रमली आहेस ना? एक लेक असते तुला, विसरली नाहीस ना?''

''काय गं बनी, तुला तरी आठवण झाली का माझी? एकदा तरी केलास फोन? हो रमले आहे. खूप छान आहे इथे. आता वाटतं आहे की राहावं इथेच कायमचं.''

''नको हं, ये परत. कशा आहेत सगळ्या जणी?''

''छान, मस्त, एन्जॉय करतोय. बने, वाड्यात तुळशी वृंदावन बांधणार असं ठरवतो आहोत. बघू काय होतं.''

''खरंच?''

''हो. याल का तुम्ही? तू ये, माऊला पण सांगते. आणि बोलावते सगळ्यांनाच.

एक छान कौटुंबिक समारंभ होईल.''
''बघते.''
''ठीक. ठेवू फोन?''
''हो. आणि काळजी घ्या सगळ्यांनी.''

'खरच येतील का सगळे जण? आता अगदी सहाच दिवस राहिले आहेत. आजपासून सातव्या दिवशी अंबईचा वाढदिवस. आणि हो, तुळशीचं लग्नही. पूर्ण चंद्र असेल. आणि वाड्याच्या अंगणात चंदेरी प्रकाश पसरलेला असेल. त्या चंद्रप्रकाशात तो वाडा, ते अंगण, तो झोपाळा, ती रातराणी तो प्राजक्त, पुन्हा एकदा झुलेल, फुलेल. आणि शांत समईचा प्रकाश तुळशीसमोर तेवेल आणि तिथे असेल अंबई...सजलेली, दागिन्यांनी मढलेली, शांत, तृप्त चेहऱ्याची...तिला तसं तृप्त झालेलं बघत असतील देवाजी कुठून तरी... आणि कदाचित मग एक खिन्नता त्यांच्या चेहऱ्यावरील रेषांतून अस्पष्ट .... पुन्हा जन्म मिळाला तर हातून घडलेल्या चुका पुन्हा घडू देणार नाही...असं सांगणारी... कदाचित....कदाचित....'

'राजा आनी नाने , राजा आनी नाने
नीनु नान्गेने, नानू निन्गेने
टंडाळी आने आने मेलाने
ई बडाल्ली बेलकाडे .....'

''हे काय चाललय तुझं आवू.....''
''मला खूप आवडलं गाणं. राजा आनी नाने ....''
''म्हण गं म्हण.. नाही तरी सारखी फक्त भजनं म्हणत असतेस..''
''मस्त होता नं सिनेमा?''
''ये मारामारी.. दाणादाण...''
''आणि तो डोअरकीपर कसा बघत होता आपल्याकडे..''
म्हणूनच त्याला म्हणाले मी 'मुदकीगळु सिनेमा नोड बारद येन अप्पा?'
''काय समजलीस मुसू? कारी ने त्याला विचारलं की म्हाताऱ्या बायकांनी सिनेमे बघायचे नाहीत काय?''
''बघा की गं .. पण शिट्ट्या मारता?''
''त्यात काय? आवडला नाच.. मारली शिट्टी.''

"लाज वाटली मला.."

"मग हसत का होतीस?"

"मला शिट्टी मारता येत नव्हती म्हणून... लाज वाटली... हे हे हे.."

"बरं आता तुम्ही चहा-नाश्त्याचं बघा, मी साखरदांडेंना फोन लावते."

"चहा मागवा की गं."

"मागवून सोडलाय की गं....."

"आवू, फोन घेत नाहीये साखरदांड; काय करायचं?"

"बघू. थोड्या वेळानं पुन्हा प्रयत्न करू. तू चहा घे ..थंड होईल. आणि तुला तर जीभ भाजत भाजत चहा प्यायची सवय. आठवतंय? लहान असताना गरम, उकळता चहा जसा ओतला कपात, तू तोंडाला लावलास आणि पूर्ण जीभ भाजून निघाली. जिभेवर किती फोड आले.. किती दिवस धड खाता येत नव्हतं तुला..."

"आठवतं. पदार्थ डोळ्यांसमोर असताना लगेचच हिसकावून घ्यावा, नाहीतर नंतर उपाशी राहण्याची वेळ येते.. असा अनुभव होता न आधीचा.... खोबऱ्याचं तेल मागत हिंडली होती आवू."

"घे, चहा घे..."

"त्या दिवसानंतर चहा गार करून प्यायला शिकले. विसरलीस?"

"जरा विसरते हल्ली..."

"आता खोबरेल तेलाची बाटली घरात असते.. पण तू मागून आणलेलं ते खोबरेल तेल बाजारात मिळत नाही."

"क्षिप्रा...."

"आठवतं ग सगळं."

"क्षिप्रा, फोन करतेस ना?"

"राहू दे. नंतर कर गं. जरा फिरायला जाऊ. मस्त हवा आहे."

"कुठे जायचं?"

"देवळात जाऊ."

"ए आवू, देवळात वगैरे नको हं"

"मग?"

"वाड्यात जाऊ."

"आता तिथे काय आहे बघण्यासारखं?"

"जाऊ या ना नंदा"

"चला"

दार ढकललं गेलं. सगळ्या जणी आत गेल्या. तसं नवीन काही राहिलं नव्हतं. सराईतपणे सगळ्या जणी हिंडत होत्या. क्षिप्रा पुन्हा त्या खोलीजवळ गेली जिथे तिला ती तिजोरी दिसली होती. अजून काही असेल का तिथे? काही खुणा, काही वस्तू? ज्या सांगतील काही.. बोलतील काही... हाच विचार तिच्या मनात रुंजी घालत होता.

"इथे बसू या? आपल्या झोपाळ्याच्या जागी?"

"लोखंडी खांबाच्या खुणा आहेत इथे. इथेच रोवलेला होता ना खांब? आणि झोका घ्यायचो आपण."

"आवू, तू आणि मी. या चौघी तर लहान होत्या."

"इंदाक्का असायची. ती मोठा झोका घेऊ द्यायची नाही. जरा घाबरत असे ती. आणि नंदा, तू मात्र एकदम उंच झोका घेण्यात तरबेज."

"उंच तुझा झोका भिडे अंबरा
तुझी सखी उभी राही उंबरा
उडे तुझी बट वाऱ्यावरी
सखी देई साद होई अधिरी
घे गं घे गं बाई तिला झोक्यावरी
आनंद झुलू दे तिच्या मनावरी"

"आवू, किती छान गातेस गं. का नाही शिकलीस गाणं?"

"कोण शिकवणार? ऐकून ऐकून शिकले थोडं. पण नंदा तू तर सतार शिकली होतीस ना? का नाही कधी काही कार्यक्रम केलेस?"

"पसंत नव्हतं आर्यला. म्हणायचा 'आनंदासाठी शिक, पैसे मिळवायचे नाहीत त्यातून; त्यासाठी मी समर्थ आहे. आणि अब्दुल जफर अली खान होते शिकवायला. त्यांची आवडती शिष्या होते मी. पण कधी त्यांनी गुरुदक्षिणा नाही मागितली. आणि होती गरिबीच. एका चित्रकाराला, मूर्तिकाराला कितीसे पैसे मिळणार? घरातून पळून जाऊन लग्न केलेलं. कोर्टात जाऊन लागलं लग्न. आणि राह्यला लागलो एका चाळीत. पण ते चाळीतल घर स्वतःचं होतं. पुरेसं होतं. कुणी उठ म्हणणारा नव्हता तिथे, आणि कुणी 'तू इथे का?' असं विचारणारंही नव्हतं. तोच सर्वांत मोठा आनंद होता. एक लुगडं दांडीवर आणि एक अंगावर. पण ते हक्काचं होतं. गळ्यात मंगळसूत्र नव्हतं; पण नवरा होता जवळ. हळदी-कुंकवाला गेलं की बायका विचारत, मंगळसूत्र नाही? मी म्हणायची एवढा मोठा नवरा घेऊन हिंडते, मग वेगळं मंगळसूत्र कशाला हवं? पण खरं सांगू तर हवं होतं.

पुढे आर्यला कॉलेजमध्ये नोकरी मिळाली. तिथे रोज सगळी वर्तमानपत्रं यायची. आर्यला सांगितलं, ते पेपर घरी घेऊन येत जा. रद्दी जमवली. ती विकून पैसे जमवले आणि मग मंगळसूत्र केलं. आर्य नाही आता; पण तेच मंगळसूत्र आजही घालते.''

''सतार असली तर वाजवशील?''

''वाजवेन ना...''

''त्या चाळीत राहिलीस, आठवते का ती चाळ तुला आता?''

''आठवते ना. क्षिप्राला पण आठवत असेल. राहत होती ना तिथे..''

''नाही आठवत.''

''बरोबर आहे. कशी आठवेल? निदान कोणत्या कारणासाठी आली होतीस तिथे ते कारण तरी आठवतंय का?''

''शिक्षणासाठी आले होते. नर्स होण्यासाठी. तुमच्या इच्छेकरता. मला तर नव्हतं नर्स व्हायचं. पण..''

''शिक्षण फुकट मिळत होतं ना! शिवाय राहण्याची सोय होती हॉस्टेलमध्ये, आणि वर पैसेही मिळायचे. पण फुकट शिक्षण घ्यायची सवय नाही ना.. भिक मागत, हाल काढत शिकायचं.. आणि ..''

''गेले नं शिकायला? झाले ना नर्स?''

''झालीस? खरं सांग..कुठून कशा ओळखी काढून दाखला दिला तुला, त्यांना सर्व परिस्थिती सांगून..ते आर्यचे मित्र होते म्हणून केली त्यांनी मदत. म्हणून जे जे हॉस्पिटलमध्ये प्रवेश मिळाला.''

''माझे काहीच कष्ट नाहीत का? परीक्षेत उत्तम मार्कांनी कोण पास झालं? तेही अगदी थोड्या अवधीत. अभ्यास करायला वेळच नव्हता मध्ये. झाले ना तरी पास..''

''तेच तर दुःख आहे. चांगली पास झालीस आणि नंतर काय केलंस? जे जे मध्ये नाटकातून काम करायला कुणी सांगितलं होतं तुला? तू दिसायला चांगली, गोरी, उफाड्याची.... सगळ्यांच्या नजरेत भरू लागलीस आणि ती मेट्रन खार खाऊ लागली तुझ्यावर. मला सगळं सांगायची ती. शनिवार रविवार घरी यायचीस.. जरा तुला समजवायला ज़ावं तर लगेच नाकावर राग तुझा..वाट्टोळं करून घेतलंस. आणि माझं नाव खराब केलंस.''

''पुरे गं नंदा.''

''नाही. पुरे नाही. किती त्रास झाला आहे मला, हे तुम्हाला नाही कळणार. एक होता डॉक्टर हिच्या प्रेमात. हिची हुशारी, हीच रूप बघून वेडा झाला होता. म्हणाला होता, तू शिक. मी शिकवतो तुला. तू डॉक्टर हो. सगळा खर्च मी

करेन... पण या बाई.. नटी व्हायचं होतं. सोन्यासारखी संधी घालवली. मला भेटला होता तो मुलगा. खूप विनवण्या करत होता की तुमच्या बहिणीला समजवा. त्याला काय माहीत? माझी बहीण म्हणजे मोठी आडमुठी, हट्टी.''

''खरंच पुरे नंदा आता''

''नको थांबवूस आवू तिला. बोलू दे. इतक्या वर्षांचं साठलेलं, वाहून जाऊ दे.''

''साठलेलं म्हणजे? खोटं सांगत्ये काय? नाचक्की झाली माझी जेव्हा ही हॉस्टेलमधून बाहेर पडली शनिवारची. माझ्याकडे जाते असं सांगून... आणि आली नाही.. नाही तर नाही.. पण गेली कुठे मग? गेली त्याच्याकडे.. ना घरदार माहीत.. ना ती माणसं माहीत.''

''नंदा, जे आम्हाला माहीत आहे, तेच सांगते आहेस.''

''ऐका परत एकदा. तीच तीच गाणी ऐकत नाही का तुम्ही? तसच हेही ऐका. आर्य चिडला होता. हिला रात्रभर शोधत होता. तेव्हा काय आजच्यासारखे मोबाईल होते? हिंडतोय बिचारा. किती शोध घ्यायचा? आधी गेला चौपाटीवर.. मग गेला बागेत..राणीची बाग..मग पोलिस स्टेशन, कुणी हिच्या मैत्रिणी आहेत, नाहीत..आम्हाला काहीच माहीत नाही. मग मित्र आहे हे कसं समजणार? रात्रभर शोध घेत होता. दमून गेला अगदी. आणि शिवाय मनाला काळजी.. पोर गेली कुठे?, कुणी फसवलं तर नाही? पळवून तर नेली नाही? शेजारीपाजारी येऊन येऊन चौकशी करत राहिले.. आणि मी रडून रडून रात्र जागवली. आणि ही? मलाच सांगा तुम्ही.. चार दिवस आपल्या मित्राला भेटायला येतं दवाखान्यात कुणी, तर त्याच्या नुसत्या गप्पा ऐकून असं आपलं संपूर्ण करियर पणाला लावून निघून जातं का कोण? ही जाते ... जाते तर जाते पण निदान कळवायचं तरी...''

''मलाच काही कळत नव्हतं तेव्हा...एकच माहीत होतं. त्याच्याकडे जायचं. त्याच्याबरोबर आयुष्य घालवायचं. आणि त्यानं आश्वासन दिलं होतं, तो नाटकात काम देणार होता, तसं ते करायचं. तेच एक लक्ष्य होतं. नव्हते मला बघवत ते आजार. ती दुखणी. वेडं व्हायला व्हायचं. एक अनामिक भीती असायची वॉर्डमध्ये जाताना...''

''भीती? कसली भीती?''

''खरंच वाटायची गं नंदा... भीती वाटायची...कुणा पेशंटकडे जरा रोखून बघायची मी, तर जाणवायचं की तो आज मरणार...''

''हे सगळे मानसिक खेळ आहेत.''

''असं आधी मलाही वाटायचं.. पण मग एक अनुभव आला. मला तो योगायोग वाटला. माझी सकाळची ड्यूटी होती. पहाटेची. सहा वाजता मी गेले

वॉर्डमध्ये. पेशंट नुकतेच उठत होते. कुणी रात्रभर झोपलं नव्हतं, तर कुणी आनंदात होतं कारण त्यांना घरी जायला मिळणार होतं. कुणी आदल्या दिवशीच ॲडमिट झालं होतं.''

मी माझी कामं करत होते. रात्रपाळीच्या नर्सकडून सर्व डीटेल्स घेत होते. आणि माझं लक्ष कोपऱ्यातल्या कॉटकडे गेलं. एक वृद्ध गृहस्थ होते त्या कॉटवर. शांत झोपले होते. मी नर्सला विचारलं.. 'आजोबा झोपले होते का रात्री?' ती म्हणाली.. 'हो, अगदी गाढ झोपले होते. नाही काही त्रास दिला त्यांनी. नशीबच... मला जरा आराम मिळाला त्यामुळे. पहिलीच रात्र असेल अशी की ते शांत होते. मला बरं वाटलं. दिवस खऱ्या अर्थानं सुरू झाला. डॉक्टर आणि शिकाऊ डॉक्टर यांची रांग लागली. मी प्रत्येक पेशंटचं पॅड धरून हिंडत होते डॉक्टरांबरोबर... जशी आजोबांपाशी पोचले... ते छान हसले..मी त्यांच्याकडे बघितलं आणि जरा जास्त बघितलं.. आणि त्यांना मी मृत बघितलं. ते होते जिवंत, समोरच बसलेले होते उठून.. छान हसत होते...आणि मला ते दिसत होते मेलेले.. आडवे.. त्याच कॉटवर ... ! मी घाबरले.. मला काहीतरी होऊ लागलं.. छाती धडधडू लागली.. घसा कोरडा पडला... डॉक्टर निघून गेले त्यांना तपासून... 'आजोबा! अगदी छान आहात आता बरं का... रिपोर्ट्स येतील आज रक्ताचे.. ते नॉर्मल असतील तर तुम्ही अजून दोन दिवसांनी घरी जाऊ शकता..' असं डॉक्टर म्हणालेही...आणि त्यांचे ब्लड रिपोर्ट्स नॉर्मल आले. ते खूप आनंदात होते. पण मला काही तरी चुकतंय असाच वाटत राहिलं. मी मेट्रनला म्हणालेही की आजोबा जगतील असं मला वाटत नाही. तिनं ते हसण्यावारी नेलं. माझी ड्यूटी संपली. मी माझ्या खोलीवर गेले. थोडं वाचन केलं. रात्रीचे साडे अकरा वाजले होते. आणि मला कॉल आला. मेट्रन बोलवत होती. मी गेले तर आजोबा अस्वस्थ होते. त्यांना श्वास लागला होता. बरीच धावाधाव केली. ऑक्सिजन लावला ..पण नाही जगले ते. अचानक असं काय झालं? चांगले होते म्हणे. जेवलेही होते. औषधं घेतली होती. मुलगा-सून भेटायला आले होते, त्यांच्याशी छान बोलले होते....आणि ..काही तासांत गेले? हो. गेले.

''मी खिन्न झाले. माझी भीती खरी ठरली. मेट्रनला त्यांच्या मृत्यूचं काही वाटलं नाही. कारण तसे तर रोज मृत्यू होतच असतात हॉस्पिटलमध्ये. आणि मी आजोबांबद्दल जे काही बोलले होते ते दिवसभरात ती विसरूनही गेली होती. पण मी विसरले नव्हते. खरं सांगू तर जशी संध्याकाळ झाली होती, आजोबा चांगले होते... तर मला जरा बरही वाटलं होतं. माझ्याच मनाचे खेळ, असं मी समजले होते. ...पण नाही. तो खेळ नव्हता माझ्या मनाचा..

''आणि मला रडू फुटलं. मी, कधीही न रडणारी... खमकी... पण झाले होते

हळवी. मला काही सुचेना. सतत डोळ्यांसमोर आजोबा दिसत होते. ते माझे कुणीच नव्हते. तरीही मी का रडत होते? मला आपले आजोबा दिसत होते का तेव्हा? तुम्हाला आठवतं? अंबईचे बाबा.. आपले आजोबा....''

''हो..आठवतात.. त्यांची प्रतिमा आजही येते डोळ्यांसमोर. तेज होतं त्यांच्या चेहऱ्यावर. साधना होती किती.. वाड्याच्या दारावर असलेली हनुमानाची मूर्ती, तिची पूजा दर हनुमान जयंतीला आजोबा करायचे. मामाने पुढे काही केलं नाही मात्र. त्यानं साधनाही नाही केली कधी..फक्त पैसा जमवत राहिला आणि मामीच्या आज्ञेत राहिला.''

''आवू, मला पूजा करणारे आपले आजोबा आठवतात, म्हणजे अंधूक. त्यांचा चेहरा समईच्या मंद प्रकाशात समईसारखाच मंद प्रकाशणारा., तेवणारा...तो थोडासा आठवतो...आजही गावातली जुनी माणसं सांगतात की आजोबांची साधना इतकी होती की, दोन पुरुष उंच असणाऱ्या दिंडी दरवाजावर असलेल्या हनुमानाची पूजा ते हवेत तरंगत करत. पद्मासन घातलेले आजोबा, हवेत उंच होत आहेत, वरवर जात आहेत आणि त्या हनुमानाची पूजा करत आहेत... विश्वास बसत नाही...पण ते तशी पूजा करत..''

''इंदाक्का, मी, नंदा आम्ही पण नाही बघितलं आजोबांना तसं.. पण तू सांगते आहेस ते मात्र खरं आहे.''

''आणि मग अशा आपल्या आजोबांना असा मृत्यू का यावा? भरलेल्या शेतात, धान्याने भरगच्च भरलेल्या कणसांमध्ये.... शांत निजलेले आजोबा... मी त्यांना तिथे बघितलं होतं. शेवटचं. मला तेव्हा अशीच भीती वाटली होती. पण मला रडू आलं नव्हतं. कदाचित मृत्यूला मी प्रथमच बघत होते म्हणून मला मृत्यूचा अर्थ कळला नव्हता..

मी हॉस्पिटलमधल्या आजोबांना तसंच बघितलं. शांत निजलेलं. ते तेव्हा जिवंत होते; पण मला मृत दिसले होते. आणि मी रडत राहिले. किती तरी वेळ. ते रडणं माझं माझ्या आजोबांसाठी होतं का? इतक्या वर्षांनंतर?''

''असू शकतं क्षिप्रा. मनात नकळत असलेल्या, साठलेल्या गोष्टी या... कदाचित म्हणूनच तुला त्या आजोबांचा मृत्यू दिसला असेल.''

''पण मग नंतर असं नेहमीच व्हायला लागलं. मी वॉर्डात गेले की मला जाणवायचं.. म्हणजे रोज रोज नाही...पण ज्या दिवशी जाणवायचं मी अस्वस्थ व्हायची. मला भरून यायचं. नको वाटायचं. पळून जावंसं वाटायचं.. . का नाही गेले मी पळून आधीच? त्याचा मृत्यू बघायच्या आधी? एक गोंडस छोटंसं बाळ.. दोन वर्षांचं. किती माया, जीव लावावा पोराने त्या.. त्याचं सर्व करताना एक आनंद मिळायचा. वाटायचं पान्हा फुटेल आपल्याला. कुणाचं पोर, काही नातं

नाही, आधी कधी बघितलेलं नाही आणि तरीही.. छाती भरून यायची. सतत त्याच्याच भोवती असायची मी. इतरही पेशंट्स होते. सगळी लहान मुलंच होती..पण त्या पोरानं आई ही भावना माझ्यात निर्माण केली. शनिवा-रविवार सुट्टी असायची; पण जोपर्यंत तो होता हॉस्पिटलमध्ये मी तीही रजा घेतली नाही. एकदा तो बरा झाला की पुन्हा मला दिसणार नव्हता. मी गेले की तो झेप घ्यायचा माझ्याकडे. घट्ट मिठी मारायचा. इतर नर्स म्हणायच्या मला, की इतकी गुंतू नकोस त्याच्यात. त्यांचं बरोबर होतं; पण मला वाटायचं, आत्ता आहे तर जवळ राहावं त्याच्या. त्याचे आई-वडीलही म्हणायचे मला, सिस्टर, तुम्ही आलात की आम्हाला काळजी नसते.

''एक सकाळ..मी नेहमीप्रमाणे कामावर रुजू.. चिल्ड्रन्स वॉर्ड.. समोरच तो. त्याच्या पायाशी निजलेली त्याची आई. माझी चाहूल लागून त्याने डोळे उघडलेले. एक गोड हास्य त्या डोळ्यांमध्ये .. त्याची चुळबूळ, आईला आलेली जाग.. माझं त्याच्यापाशी जाणं, त्याच्याकडे वाकून बघणं... आणि ..आणि..माझा जीव कासावीस होणं.... माझं तिथून पळून जाणं.. दिवसभर स्वतःला कोंडून ठेवणं.

''माझं रडणं, आक्रोष, माझी तगमग...आणि मग दारावर बसणारे बुक्के..धक्के.. माझी थरथर. पाय लटपटणं, आणि दार उघडताच, कुणी तरी मला सांगणं .. तो गेला... अगदी अचानक.. .

''मी धाव घेणं. आणि मला त्याचा इवलासा निश्चेष्ट देह दिसणं... एवढ्या मोठ्या पलंगावर इतकुसा देह...

''मला नाही करायचं हे काम.. नाही शिकायचं.. नको ते काहीच..

''मला त्या पोरात बालार्क दिसत होता का? बालार्क ...''

''शांत हो क्षिप्रा.. शांत....''

''मला ते मृत्यू पाहवले नाहीत. मी नर्सिंग सोडायचं ठरवलं, त्यात नाटकात काम करायचं या माझ्या इच्छेबरोबरच हेही एक कारण आहे. अर्थात नाटकाची इच्छा जास्त तीव्र होती, हे मी नाकारत नाही. आणि जनकबद्दल म्हणशील तर प्रेम होतं माझं त्याच्यावर. मी नव्हते गं व्यभिचारी... मी प्रेम करत होते जनकवर आणि तोही प्रेम करत होता.... निदान तेव्हा तरी तसं वाटत होतं. पण मी गरोदर आहे म्हटल्यावर त्यानं सरळ आश्रमात नेलं. तो विवाहित होता ना..आणि यथावकाश माऊ जन्मली. मातृत्वाचा आनंद घेऊ की कुमारी मातेचं ओझं सांभाळू? तिला छातीशी धरताना पान्हा फुटायचा आणि मग भीती वाटायची की जनक न्यायला आलाच नाही तर? आणि पान्हा आटायचा. पोरीनं तग धरला तरी. रडली नाही, त्रास दिला नाही. गप्प असायची. क्वचित हसायची. आश्रमाचा नियम होता. जी व्यक्ती आश्रमात दाखल करून जाते, त्याच व्यक्तीने न्यायला यायचं.

जनक येईल का? कारण मला आश्रमात सोडून दिल्यावर तो पुन्हा तिथे फिरकलाच नव्हता. तो आला नाही तर? तो आला तरच सुटका; अन्यथा सुटका नाही. जनक येत नव्हता आणि मी सुटू शकत नव्हते. तिथे भांडी घासायची, घासली, कपडे धुवायचे- धुतले, अन्न शिजवायचं..शिजवलं. मग आयुष्य यातच जाणार असं वाटू लागलं. आश्रमात बाहेरून माणसं यायची कामाला. त्यातल्या एका बाईला विश्वासात घेतलं. थोडे पैसे होते माझ्याकडे ते दिले. पोस्ट कार्ड आणून दे म्हणून विनंती केली. तिने दिलं आणून. मग पत्र लिहिलं जनकला. त्याच बाईला विनवणी केली, पत्र पोस्टात टाकायला सांगितलं. ती बाई भली निघाली. तिने पैसे घेतले; पण पत्र पोस्टात टाकलं. तिनं जर ते पत्र पोस्टात टाकलं नसतं तर? तर मी कशी असते आज? तो नंतर काही वागला असला तरी त्याचे उपकार, की तो मला न्यायला आला.''

''कधी बोलली नाहीस क्षिप्रा.. इतकं सगळं झालं?''

''कुणाला सांगणार आणि काय काय सांगणार? सासऱ्यांनी मिळवलेला पैसा जनकने उडवून टाकलेला. दीर चांगली नोकरी सोडून घरात पहुडलेला. तो आणि त्याची बायको सतत दिवाणखान्यात.. तिथेच त्यांचा पलंग होता, त्यावर पहुडलेले. कंटाळा यायचा ते दृश्य बघून. तरणा ताठा माणूस काहीही काम न करता दिवस दिवस कसा काय पडून राहू शकतो? फक्त मुलांना जन्म द्यायचा हेच एकमेव जीवनाचं ध्येय असू शकतं? नाकर्ता असं कुणाला म्हणायचं? नाकर्ता माणूस एका पाठोपाठ एक अशी मुलं जन्माला घालू शकतो. म्हणजे हा कर्ता झाला ना? आणि भावजय? एखाद्या बाईला लाज वाटेल ना? पण नव्हती वाटत लाज तिला. सतत घरात हे असं दृश्य. कंटाळवाणं वातावरण. आणि तरीही मी तिथे छान राहायचं? वर, 'तू आपणहून आलीस.. कुणी आमंत्रण घेऊन आलं नव्हतं तुला बोलवायला..' असं ऐकायचं. जनक काम मिळवून देणार होता. आणि म्हणूनच माझा त्याच्यावर विश्वास होता. पण हा पैसा म्हणजे अळवावरचं पाणी. जनकचे वडील होते तोपर्यंत घरात नोटांना ठेवायला जागा नव्हती. लोकांना महिना पाच रुपये पगार असताना जनकच्या हातात शंभर रुपये असायचे.''

''तुलाही त्या शंभर रुपयांची भुरळ पडली कि काय?''

''मला सगळ्याच गोष्टींची भुरळ पडली होती कारी. आणि का नाही पडणार? जेव्हा संपूर्ण बालपण असं वाऱ्यावर घालवलेलं, अजाण वयात नाही नाही ते अनुभवलेलं, तर का नाही मी स्थैर्य मागणार? ... मागितलं खरं. पण नंतर समजलं की असं मागून काहीही मिळत नाही.

''पैसा असेपर्यंत जमणारी भुतावळ.... जनकचे वडील वारले आणि मग ओहोटीला सुरुवात झाली. काम हे करण्यासाठी असतं. पैसा हा काम केल्यानं

मिळतो हे माहीत नसलेले दोन जीव.. एक जनक आणि दुसरा माझा दीर... तर ती भुतावळ मग अचानक अदृश्य झाली.

''माझ्या नाटकाच्या तालमी.. हो, मला माझ्यातल्या कलेमुळे नाटकं मिळत गेली. त्यासाठी जनकचा उपयोग झाला नाही आणि पुढे मी तो करून घेतला नाही. कारण जनक हे नाव आणि त्या बरोबरीनं बदलणाऱ्या लोकांच्या नजरा... नको होऊन जायचं. तालमी , प्रयोग, दौरे..आणि पोरींचा सांभाळ.. एकतर्फी संसार...''

''काहीच काम करत नव्हता जनक?''

''खरं तर तो हुशार होता. क्रिकेट उत्तम खेळायचा. पण घरची श्रीमंती हाच शाप ठरला. मोठमोठ्या लोकांमध्ये ऊठबस होती...त्याच जोरावर तो मला नाटकात काम देणार होता. क्रिकेट राहिलं, बुडालं दारूच्या ग्लासात आवू. नाही तर जनक रावजी आज मोठा क्रिकेटिअर म्हणून नावाजलेला असता. त्याच्या नावाचं, त्याच्या कारकिर्दीचं पुस्तक असतं बाजारात. पण वडील वारले आणि वाहत्या नोटांचा झरा पार आटला. झरा आटला आहे ही जाणीव व्हायलाही बराच काळ जावा लागला, आणि जेव्हा जाणीव झाली तेव्हा समजलं की आता खायचं काय? मग एका मागोमाग एक तीन घरं विकली गेली आणि मी भाड्याच्या घरात आले ती अगदी आत्तापर्यंत...''

''मग जनक करायचा तरी काय?''

''इंग्रजी भाषेवर प्रभुत्व होतं त्याचं आणि तो देखणा होता, गोरा, उंच, धिप्पाड .. त्या बळावर त्यानं हळूहळू इस्टेट एजंटचा व्यवसाय सुरू केला होता आणि त्यात त्याचा जमही बसला होता. आणि पुन्हा सगळी भुतावळ जमली. दीर आणि जाऊबाई त्याला चिकटल्या आणि माझी घरातली भूमिका एका कामवाल्या बाईसारखी झाली.

''नंदा, तुला दुखावून मी नशीबवान ठरले, सुखी झाले असं तू अजिबात समजू नकोस. वयाच्या चौथ्या की पाचव्या वर्षापासून सरू झालेली फरपट संपलीच नाही.''

''तुला असं तर नाही ना वाटत की मी तुला शाप....''

''नाही गं नंदा.. तुला एक सांगते. मी हल्लीच एक पुस्तक वाचलं. त्यात दिलं आहे की तुम्हीच तुमचं जीवन निवडता. ते कसं असणार आहे, तुम्हाला ते कसं हवं आहे हे तुम्हीच ठरवता. आणि त्या जीवनातलं सुख-दुःख तुम्हीच मागून घेतलेले असतात. नाही, माझा असा काही समज नाही की तू मला शाप दिलास.''

''असं जर तुला म्हणायचं असेल क्षिप्रा, तर मग देवाजींना तरी कसा काय दोष देणार आपण आणि सर्वांनाच दोष कसा देणार? तू तरी का म्हणून जनकला

दोषी ठरवतेस?''

"अगदी बरोबर आहे तुझं. हे तत्त्वज्ञान खूप छान आहे, पण ते पचनी पडायला वेळ लागतोच ना? आणि शिवाय जोपर्यंत मन रिकामं होत नाही, तोपर्यंत त्यात काही नवीन साठवताही येणार नाही. असं समज, मी माझं मन रिकामं करत आहे....नवीन स्वच्छ, पवित्र काही त्यात भरण्यासाठी. मला तर वाटतं, की आपण सगळ्यांनीच हे करायला हवं. म्हणून मघाशी म्हटलं, साठलं आहे खूप तर नको थांबवूस ... जाऊ दे वाहून...''

"चला मुलींनो, निघायला हवं. बाकीचं बोलू असंच केव्हातरी.. अंधार पडू लागला आहे...''

'कहाँ से बढ के पहुचे ही कहाँ तक इल्मो मन साकी
मगत आसुदा इंसा का न तन साकी न मन साकी !
.......निघू''

त्या निघाल्या. रिकाम्या होऊन की अजून काही बाकी ठेवून? वाड्यातल्या मोडक्या भिंतींनी, अर्धवट जळलेल्या वृक्षांनी त्यांच्या वेदना ऐकल्या. कोणे एके काळी त्यांच्या अंगाखांद्यावर खेळलेल्या त्या जिवांचं दुःख ऐकलं. त्यांचे मूक हुंदके त्या भग्नावशेषात घुमत राहिले. ते भग्नावशेषही उदास झाले. त्यांना त्यांच्या अंगावरच्या खपल्यांचं काही वाटेनासं झालं. त्या अगदी घट्ट झाल्या होत्या. आता छिन्नी-हातोड्याचा घावच त्यांना तोडू शकला असता. पण आतून मात्र एक जखम उघडी पडल्यासारखं झाली आहे, असं त्यांना वाटलं. आणि ते उजाडणाऱ्या दिवसाची वाट बघू लागले ...त्यांच्या परतण्याची वाट बघू लागले .. एकटेच ...पडझडत ...उदास...आणि त्यांना ऐकू आला दार लोटल्याचा आवाज, आज जरा जास्तच किरकिरलं का दार? त्या बघतील का मागे वळून?

त्या निघाल्या आणि भग्न झालेल्या वाड्याचा छोटा दरवाजा त्यांनी मागच्या मागे लोटून घेतला.

देवळात आरती सुरू होणार होती. आवू थांबली. आणि तिला काय वाटलं कुणास ठाऊक! ती देवळाचा चौथरा चढून वर गेली. तिच्या मागोमाग सगळ्या गेल्या, जरा नवलाईनं...

आवू अंबाबाईसमोर हात जोडून उभी राहिली. तिने डोळे मिटले आणि ती तल्लीन झाली. स्वर उमटू लागले...

बांके बिहारी मुझको दे दो सहारा, छुट न जाये दामन तुम्हारा,

दुनियामे मेरा कोई नही है माय बाप तू हि तुही बंधू मेरा
तुम्हारे सहारे जीवन बिताया कही छुट न जाये दामन तुम्हारा

रात दिन तू हि मनमे बसा है तुही अब मेरा सहारा बना है
सहारा बनके भूल न जाना कही छुट न जाये दामन तुम्हारा

कहा तू छिपा है बोल मेरे लाला, कहा तुझे ढुंडू कहा तुझे को पाऊ
बैरी हुआ मन देखो सारा, कही छुट न जाये दामन तुम्हारा

तुम्हारे दरसको जी चाहता है आखोंकी रौशनी चली जा रही है
बडी भूल कि मैंने दुनियामें आके, मान भी खोया, प्यार गवाया
दुनियामें भेजना न मुझको दुबारा कही छुट न जाये दामन तुम्हारा

''तू भजन म्हणता म्हणता रडू का लागलीस आवू?''

''मला सगळ्याच गोष्टींचं रडू येतंय क्षिप्रा. अनेक अनेक गोष्टी. तू म्हणालीस ना, मोकळं होऊन जाऊ या... तसं, मोकळं व्हावंसं वाटतंय. अजून मोकळं. खूप काही आहे गं, जे अगदी रुतून बसलंय...''

''बोल ना मग...''

''मला तुझी माफी मागायची आहे.''

''कशासाठी?''

''तुझी माऊ लहान होती. तू नाटक, तालमी यात गुंतलेली. पैसा कमवण्याचं तेवढं एकच साधन होतं तुझ्याकडे. आणि त्यातले तू मलाही द्यायचीस. तुला घर नव्हतं; म्हणून माऊला माझ्याकडे ठेवलं होतंस. जनक आणि त्याचा परिवार म्हणजे एक ..... जनक जरा तरी ठीक वागायचा कधीकधी..पण तुझी जाऊ आणि दीर म्हणजे.... ! तुझ्या पैशांवर त्यांचा डोळा. जनक पैसे मिळाले की ते उधळायला लगेच तयार. म्हणून, माऊसमोर तिच्या व्यसनी बापाचं रूप नको..म्हणून माऊला आणलंस माझ्याकडे. मला बरंच वाटलं. माऊच्या निमित्तानं चार पैसे घरात मिळू लागले आणि माझ्या पोरांच्या तोंडी चार घास वेळच्या वेळी पडू लागले.. तुझी मेहनत, कष्ट दिसत होते मलाही...नाटकात काम करणं.. आहे वलय त्याला... पण ते वलय जपण्यासाठी तुझी चाललेली तगमग, धावपळ समजत होती. नाटक म्हणजे केवळ कला न राहता व्यवसाय झाला तुझा..''

''तो खेद मलाही होता आवू.. पण नाटकात किती पैसे मिळायचे असं वाटतं

तुला? मुख्य पात्र असते तर प्रश्न नव्हता. साईड रोलला फार काही पैसे मिळायचे नाहीत गं. एका प्रयोगाचे तीस रुपये मिळायचे. नाटक मुंबईत असेल तर जेवणाचे पैसे नाही मिळायचे. म्हणून मला दौरे आवडायचे. दुपारच्या जेवणाचे पैसे मिळायचे. ते साठवायचे. चहा पाव खाऊन दिवस काढायचा आणि कधी एकदा रात्र होत्ये आणि संस्थेचं जेवण मिळतंय, असं होऊन जायचं. आणि पावसाळा आला की पोटात गोळा यायचा. प्रयोग फार कमी लागायचे. गुजराण कशी करायची?''

''मग? जनक नाही बघायचा तेव्हा तरी?''

''खरं तर तो चांगला होता मनाने. त्याला समजायचं की तो चुकतोय, पण दारूनं त्याला पिऊन टाकलं. जेव्हा डोकं ठिकाणावर असायचं तेव्हा फार प्रेम करायचा. माझ्यावर, मुलींवर. त्यांना खाऊ घालायचा..सिनेमा दाखवायचा.. त्यांच्या वाढदिवसाला तर हमखास... पण पुन्हा तेच तसंच वागणं.. एकदा त्यानं हात उगारला माझ्यावर.. मग मात्र मी नाही थांबले. पूर्णपणे तुटायला ते एक कारण झालं. निमित्त..! आणि आवू, फक्त नाटकात काम करून घर नाही चालवता येत. मुलींची शिक्षणं, त्यांचे कपडे, अन्न, पुस्तकं, वह्या... घरभाडं नाही होत तेवढ्यात..''

''काय करायचीस मग?''

''कोंबड्या पाळल्या होत्या. अंडी विकायची कोंबड्यांची. त्यातून भाजीपाला यायचा. एलआयसीची एजंट झाले. लोकांचे विमे उतरवत फिरत असायची.. लोकांचं आयुष्य मृत्यूनंतर सुरक्षित केलं; पण माझं जगणं तेव्हा सुरक्षित नव्हतं.. गंमत आहे ना? सगळी गंमतच आहे. माऊच्या नावानं माझ्या लग्नाची आमंत्रणपत्रिका छापली. मीच. कारण पोटात एक जीव वाढत होता. मला पुन्हा अनाथाश्रमात जायचं नव्हतं आणि मला हक्क हवा होता माझ्या पोरांसाठी. आणि लोकांनी माऊला बिन बापाची म्हणणं बंद व्हायला हवं होतं. शिवाजी पार्कच्या घरात लग्न लागलं आमचं. माऊ आनंदात होती का तेव्हा? नाही माहीत. आठवत नाही. तीन महिन्यांची गरोदर होते मी. इथे आमचं लग्न लागलं आणि तेव्हाच, त्याच दिवशी स्वातंत्र्यवीर सावरकरांचं निधन झालं. घराच्या मागच्या गल्लीत त्यांच्या अंत्यदर्शनाला भली मोठी रांग लागलेली आणि इथे घरात लग्न झालं, हा आनंद साजरा केला जात होता, दारूच्या बाटल्या फुटत होत्या.. ग्लास भरले जात होते. लहानपणी सेवा दलातून काम केलेल्या आपण...! कुठे गेली ती नीती? आणि संस्कृती? आणि ती ध्येयं आवू?....''

''संस्कृती? कुठली? कशी असते ती? सांगतेस क्षिप्रा? काय असते मानवता? अंबई सततच्या बाळंतपणामुळे जराजर्जर होऊन मेली. त्यात पुत्रवियोगाचं दुःख होतंच. सावरीच्या कापसाच्या गाद्यांवर निजणारी बाई, खडबडीत जमिनीवर निजू लागली. जिच्या अंगावरचे दागिने ओरबाडून काढले तरी संपायचे नाहीत ती एका

मंगळसूत्राच्या मण्यासाठी महाग झाली. पंचपक्वानांचं ताट मातीनं भरलं. आणि तरीही ती रडली नाही. तक्रार केली नाही. ती वेडी झाली; पण तिनं तिचं संस्कृती जपणारं तुळशी वृंदावन सोडलं नाही. तिथेच शेवटचा श्वास घेतला तिनं. आणि तिच्याबरोबर संस्कृती गेली. नीती गेली. ध्येयं गेली. राहिली फक्त अन्नासाठी वखवखलेली आठ शरीरं. आणि पुढे भेटत गेली फक्त वखवखलेली शरीरं. जी तुम्ही सर्वांनी अनुभवलीत. आणि म्हणूनच जेव्हा माऊला ठेवलंस माझ्या घरी, तू म्हणालीस देवदत्तला.. 'भाई, आम्ही लहान असताना आमच्याशी जसे वागलात, जे केलंत, ते माझ्या या चिमुरडीवर करू नका. तसे वागू नका.' ... तुला सांगते क्षिप्रा, काटा आला होता अंगावर माझ्या. माऊला सांभाळायचं म्हणजे डोळ्यात तेल घालून रहायचं. हेच करत होते मी. गरज तुलाही होती आणि मलाही. माऊला घेऊन जा ... असं नाही सांगू शकले तुला. आणि एक रात्र...... स्वतःच्या तीन मुलांना ओलांडून रात्रीच्या मिट्ट काळोखात कसा काय पोचला तो माऊपाशी? तिने टाहो फोडला. तिला काही कळत नव्हतं... सावध झोप घ्यावी लागायची मला.. जाग आलीच. नशीब.. काही गैर प्रकार घडले नाहीत तेव्हा.. तुला सांगू मी काय केलं? माऊला जवळ घेतलं आणि विशाखाला उभं केलं त्याच्यासमोर.. म्हणाले, घे हिला धर... आहे हिम्मत? पोरगी आहे तुझी.. घेऊन जा हिला.. बघते तुझं पौरुषत्व ... आत्ता ने हिला.. माझ्यासमोर...''

''आवू?....''

''नाही बोलले तुला कधी... पण मग दुसऱ्या दिवशी तुला पत्र टाकलं. तू आलीस. आणि मी तुला माऊला माझ्याकडून ताबडतोब घेऊन जा म्हणून सांगितलं. तुला राग आला. पोरीचं शाळेचं वर्ष वाया जाईल म्हणून तू मला खूप बोललीस. मी शांत राहिले; पण माझा हट्ट सोडला नाही. आयुष्य वाया जाण्यापेक्षा शाळेचं एक वर्ष वाया गेलं तरी चालेल. तू गेलीस चिडून, कधीही न येण्यासाठी. मी शाळेचा दाखला पाठवून दिला पोस्टाने; पण तुला ये पुन्हा, असं काही म्हटलं नाही.''

''जाऊ दे आवू.. तुझी परिस्थिती आणि मनःस्थिती मी समजू शकते. मी अनेक माणसं पहिली, अनुभवली आहेत. माझा अनुभवांचा खजिना अगदी तुडुंब भरलेला आहे. भाडोत्री म्हणून आयुष्य काढलंय. घरमालक हा काय प्रकार असतो, ते अगदी जवळून बघितलं आहे. देवदत्तसुद्धा घरमालकच होता ना.... माऊला तुझ्याकडून घेऊन गेले. पुन्हा तेच घर, तीच माणसं आणि जनकचं वागणं. उंची दारू परवडायची नाही म्हणून जनक देशी दारू प्यायला लागला होता. माझी जाऊ माऊला एका कोपऱ्यात उभं करायची आणि तुझी आई कशी वाईट आहे, हे तिला सांगत राहायची. जनक माऊसमोर मला शिविगाळ करायचा. शिवाय ती

शाकाहारी म्हणून तिला भटीण म्हणून चिडवायचे. एकदा तर माऊच्या तोंडात तिचं नाक दाबून त्यांनी चिकनचा तुकडा कोंबला होता आणि ती रात्र माऊ फक्त उलट्या करत होती. माझी नाटकं, तालमी चालूच होत्या. पुन्हा असं होऊ नये म्हणून समुद्राजवळच एक हॉटेल होतं उडप्याचं, तिथे महिन्याचे मुलींच्या जेवणाचे पैसे भरून ठेवले. खातंच उघडलं होतं. माऊ, बनी सकाळ-संध्याकाळ तिथे जेवायच्या. त्यांची जेवणाची आबाळ होऊ द्यायची नव्हती मला. माऊ अशा वातावरणात कोमेजून जात होती. अंधाराची तिला भीती वाटायची आणि मग मुद्दाम तिची खोली जाऊबाई अंधारात ठेवायच्या. खोलीतला बल्ब काढून न्यायच्या. माझी येण्याची वेळ झाली की बल्ब हळूच लावून ठेवायच्या. आणि माऊ तक्रार करायची माझ्याकडे तर दिवा लावून दाखवून तिलाच खोटं पाडायच्या. या सगळ्याचा तिच्यावर परिणाम होऊ लागला. भीतीनं अंथरुणात तिला शू व्हायला लागली. आपण सगळं खराब केलं याची तिला जास्तच भीती आणि लाज वाटू लागली. आणि अशाच एका संध्याकाळी जनक देशी दारू पिऊन आलेला.. मोठं कडाक्याचं भांडण झालं आमचं. त्यानं माझ्यावर हात उगारला आणि मी मुलींना घेऊन रातोरात घर सोडलं.

आणि मग एक घर मिळालं भाड्यानं ते अगदी समुद्रालगत होतं. मालकीण होती एक मुसलमान बाई. तिच्या घराचा अर्धा भाग माझा. पोटमाळा होता त्या घराला, तो आम्ही दोघी वापरायचो. समोर अथांग समुद्र. हे घर मला फार आवडायचं. दिवस कितीही गडबडीचा, कष्टांचा गेलेला असला तरी संध्याकाळ, रात्र समुद्राची गाज ऐकत जायची. शांत... आणि भरतीला तर लाटांचे तुषार खिडकीतून आत यायचे. माऊ रमली होती त्या घरात. माऊला खरं तर कळतच नव्हतं की आपण इथून तिथे, तिथून पुन्हा इथे असं का येतो जातो? पण पोरगी शहाणी होती. कधी हट्ट नाही, चिडणं नाही, प्रश्न विचारणं नाही. तिचं बालपण कोमेजून तर गेलं नव्हतं? त्या मानानं बनीचं बालपण बरंच चांगलं. मी जरा पैशांनी आणि मनानं स्थिरावले होते आणि स्थिरावले होते नव्या नात्यात.'

"नवं नातं?"

"हो. होता एक असाच.. नाटकात काम करता करता जवळ आलेला. मी त्याला येऊ दिलं होतं जवळ. जनक कायमचा निघून गेला होता आयुष्यातून. मी त्याला जायला लावलं होतं. मुलींसाठी वर्षातून दोनदा यायचा जनक. दोघींच्या वाढदिवसाला. तेवढाच संबंध उरला होता. तेही मुलींसाठी म्हणून. आणि माझं एक नवं नातं. हे नातं बराच काळ टिकलं. त्यानं आधार दिला; पण एकच- मी हे नातं कधी घरापर्यंत आणलं नाही आणि मीसुद्धा त्याच्या घरापर्यंत पोचले नाही.

माऊ, बनीला या नात्यामुळे कधी दुःखी केलं नाही. हे नातं संपलं, जेव्हा तो गेला.. मरण पावला. या नात्यामुळेच मुसूनं मला व्यभिचारी ठरवलं. तिच्या लेखी मी म्हणजे ...वेश्या...''

''क्षिप्रा...''

''मला नाही वाईट वाटलं. कारण माझे भोग, माझं आयुष्य तिला कसं समजणार? दिवस, महिने, वर्ष...काळ पुढे सरकत होता आणि काळाबरोबर मीही. माऊ, बनी .. दोघींची लग्न झाली. दोघींचं स्वतःचं घर आहे. हक्काचं. निदान ही पिढी तरी सावरली आह, असं म्हणायला हरकत नाही. नाही का?''

''सगळ्यांची नाही सावरलेली.. शंकर, इंदू, विशाखाला बघितलंस तर कळेल.. जाऊ दे.. आपल्या वडिलांना शाप होता.. तसाच शंकर-विशाखाच्या वडिलांनाही शाप दिला गेला असणार...कदाचित तुमच्याकडून...''

''आवू...''

''मनातल्या मनात असेल कदाचित....''

''असेलही.''

''तिघं तो शाप पूर्ण करत आहेत. आणि म्हणूनच माझ्या घराला पुढली पिढीच नाही...माझ्या शंकरपाशी देवदत्तचं घराणं संपतं. आणि हा शाप त्याच्या सख्ख्या वडिलांचाही असू शकतो बरं....''

''असेलही.... कुणी सांगावं?''

''कुणी काही बोलू नये, जीवनाचे धागे गुंतवू नयेत
मार्ग सुकर करावा, ईश संग धरावा....''

मुसू सर्व ऐकत होती. तिनं झोपल्याचं सोंग घेतलं होतं; पण कान जागे होते. आपण चुकलो का क्षिप्राला समजून घेण्यात, असं तिला आता वाटू लागलं. आपणही उठावं आणि बोलू लागावं. आपल्याही मनात आहे ते धबधब्यासारखं कोसळावं.. तिची ही भावना प्रखर होऊ लागली. पण अहंकार आड येऊ लागला. 'नकोच. का बोलायचं? त्यापेक्षा लिहून काढावं. मोकळं व्हायचं तर त्यासाठी हाही एक मार्ग आहेच की. नंतर मनाला वाटलं तर देऊ वाचायला सर्वांना. आणि तसंही पुन्हा कुठे भेटणार आहोत सगळ्या जणी एकत्र? आणि भेटलो तर? तर आपला विषयच नाही काढू द्यायचा.. पण हे ओझं आता उतरवून टाकू.....''

पहाट व्हायला आली. पहाटे पहाटे त्या तिघींचा डोळा लागला. आमराई

जागी होत होती. गाई चरायला निघाल्या होत्या. बैलांना गाड्यांना जुंपलं जात होतं. काही घरातल्या अंगणातून शेगड्या पेटल्या होत्या. पोचे गेलेल्या, काळसर पडलेल्या हिंडालियमच्या मोठ्या पातेल्यातून स्नानासाठी पाणी तापवलं जात होतं. कुठे न्याहारीच्या भाकऱ्या थापल्या जात होत्या, तर कुठे मऊ भात शिजत होता. कोंबडा बांग देत होता आणि मशिदीच्या कर्ण्यातून बांग दिली जात होती. त्याच वेळी गावदेवीच्या देवळातल्या घंटा वाजू लागल्या आणि आमराईच्या दिवसाला सुरुवात झाली.

"क्षिप्रा, फोन लाव साखरदांड्यांना..."

"मुसू.. तू सांगत्येस हे?"

"हो. लाव फोन.."

"लावते...... बघ, उचलत नाही फोन ..."

"कालपासून असंच चालू आहे त्यांचं. काय करायचं?"

"भद्राला विचारू या.. मी त्याला फोन करते."

"आणि फोन झाला की आपण सगळ्या जणींनी आज हंपीला जायचं."

"हंपी? अचानक?"

"होय. जायचंच. जग जातं तिथे. आणि आपण? आपल्याच भागातलं हंपी अजूनपर्यंत बघितलेलं नाही. मला तर किती जण विचारतात की तू कर्नाटकातली आणि हंपी बघितलं नाहीस अजून? ते काही नाही. जायचं म्हणजे जायचं. मी ग्रुप फोटो काढणार आहे तिथे आपल्या सगळ्यांचे."

"वा नाईजा. हे छान. नाही तरी आपले फोटो कोण काढणार? ठीक, जाऊ या. ए बाई, लागला का फोन भद्राचा?"

"तोही उचलत नाहीये."

"ठीक आहे. आपण आधी एक गाडी सांगू आपल्यासाठी. मग तयार होऊ. आणि गाडी घेऊन आधी भद्राच्या दुकानात जाऊ. आणि तिथून पुढे हंपीला ...."

"चलेगा..."

छान थंडी होती. दिवाळी नुकतीच होऊन गेली होती. शाळा-कॉलेज सुरू झाले होते म्हणून गर्दी पण नव्हती. दुतर्फा शेतं डोलत होती. कापसाची बोंडं फुटत होती. शिवरीचा कापूस वाऱ्यावर विहरत होता. त्याचं हलकं होऊन तरंगणं बघून त्याही हलक्या होत गेल्या. जागोजागी शहाळी घेऊन बसलेला अण्णा,

कपाशीचं शेत, उसाचा मळा, रस्त्याच्या कडेला फुललेली रानटी फुलं. स्वच्छ निरभ्र आकाश...एक प्रसन्नता होती वातावरणात. उन्हं होतं; पण ते हवंहवंसं. उबदार. आणि तुंगभद्रा दुथडी भरून वाहत होती. ते पाणीसुद्धा निसर्गासारखंच निर्मळ होतं. या गेल्या काही दिवसांत जिथे फक्त कडवट पणा होता तो त्या तुंगभद्रेच्या प्रवाहात जणू वाहून गेला. सगळ्या जणी एकमेकींकडे बघून छान हसल्या, अगदी निर्मळ.

प्रवास छान चालला होता. गाणी म्हटली जात होती आणि चेहऱ्यावर हास्य विलसत होतं. एक वळण आणि अचानक समोर एक मोठा दगड दिसला.. मान उंचावून पाहायला लागावा इतका उंच.. गुळगुळीत. आश्चर्य व्यक्त करेकरेपर्यंत अजून एक वळण आणि मग दगडांची चळत लागली. जशी फुलं उधळली जावीत तसे कुणीतरी दगड उधळले होते. पडेल का? गडगडत रस्यावर येतील का? नाही. किती वर्षं, किती युगं हे दगड असेच उभे आहेत एकमेकांच्या आधाराने? पडत नाहीत, हलत नाहीत..एक आकार निर्माण करतात.

आणि मग एक साम्राज्य दिसू लागलं.. दगडांचं...

पुन्हा एक वळण..आणि डाव्या हाताला देऊळ दिसलं. गाडी थांबली. देऊळ बघायला सगळ्या जणी उतरल्या. ते विठ्ठल मंदिर होतं. जणू रथावर उभारलेलं. रथच होता, दगडांचा. हत्ती ओढत होते तो रथ. खरं तर हंपी हे नाव कसं पडलं हा प्रश्नच आहे; कारण हा भाग विजयनगर म्हणून प्रसिद्ध होता, फार पूर्वी... विरुपाक्ष मंदिर, नरसिंह तोही एका अखंड दगडात अवतरलेला. आणि एका अखंड दगडात प्रकटलेला गणेश, आणि शिवलिंग ... भव्य, सर्वच अति भव्य... ! का नाही आलो इथे आधी, असा प्रश्न सगळ्यांनाच पडला होता..

बाजारपेठ ...इतकी मोठी? कोणे एके काळी इथे बाजार भरत होता? कृष्णाचं नाव दिलं गेलं आहे. अनेक नक्षीदार खांब आणि त्या खांबांनी पेललेला उंच दगडी छताचा घुमट...बघावं तिथे कोरीवकाम.. माणसांचे, प्राण्यांचे आकार...

सगळ्या जणी मूक झाल्या होत्या. एका मंदिराच्या मंडपात त्यांनी बैठक घातली. आत गाभाऱ्यात विशाल गणेश उभा होता. शांत. थंड, प्रसन्न, निर्मळ ... ना कसले आवाज ना कसली गडबड... शांततेचा आवाज फक्त ऐकू येत होता.

आणि कसं कोण जाणे, पण सगळ्यांच्या डोळ्यांतून अश्रू वाहू लागले. भरून आलेलं मन वाहू लागलं. त्या अश्रूंमध्ये वेदना नव्हत्या. दुःख नव्हतं, अपराधी पणाची भावना नव्हती... होती फक्त अर्पणता.

किती वेळ गेला असा कुणास ठाऊक... त्या दगडांनी सगळ्यांना मुलायम करून टाकलं.

निसर्ग किती काय शिकवतो. निसर्ग किती काय बदलून टाकतो, निसर्ग किती पारदर्शक बनवतो. आणि निर्मळही.

मुसूनं मनाशी ठरवलं. जे काही मनात आहे ते लगेचच लिहून टाकायचं आणि आपणही निर्मळ होऊन जायचं. अगदी शुद्ध. तिला वाटू लागलं, 'आपल्याला भीती कशाची होती? आपल्याबद्दल या सगळ्या जणी काय म्हणतील याची... पण ती भीती आता शिल्लक नाही. आता फक्त रिक्त व्हायचं. ते दगड.. दगड नाहीत, ते पाषाण होते.. भव्य..जणू आपल्या पाठीशी खंबीरतेने उभे होते. सांगत होते, मुसू.. तुंगभद्रेच्या वाहत्या पाण्यासारखी हो.. आमच्यासारखी हो...आमच्या प्रत्येक लहान मोठ्या आकारात एक आकार एक रचना आहे लपलेली. कुणी तुमच्यासारखे येतात आणि आकारांना बंदिस्त केलेलं आकारांवरचं आवरण काढून टाकतात. तूही तसंच कर. नको असलेलं, ओझं झालेलं आवरण काढून फेकून दे...आणि मग बघ, किती तुझा एक सुंदर तुझाच आकार तुला दिसेल ..... होय, मला माझा सुंदर आकार बघायचा आहे आणि त्यासाठी मला लिहिलं पाहिजे. माझी छिन्नी आणि हातोडी म्हणजे माझं पेन आणि माझे कागद...

क्षिप्रानं किती बदललं स्वतःला ..शेतकरी झाली... चक्क शेतजमीन घेतली आणि शेती करायला लागली. धान्य पिकवते, ते विकते.. हाताखाली दोन माणसं आहेत. ही निर्मितीच ना? शेवटी शेती ही रक्तातच आहे. वडिलोपार्जित मिळालेली देणगी. नकळत किती काय घेतलं आहे वाडवडिलांकडून ... पण नाही लक्षात येत की हे उपजत गुण आपले नाहीत, वंशपरंपरेनं आलेले आहेत. किती छान पूजा केली तिनं गणेशाची... ना फुलं होती, ना पंच पळीपात्र.. ना सुपारी ना नारळ...ना अक्षता ना हळदी कुंकू .. आणि तरीही ...ओम केशवाय नमः, ओम नारायणाय नमः, ओम माधवाय नमः ....आणि मग आवूचं आणि क्षिप्राचं भजन

इवनु मारीगे वदिदवनू, इ बसवण्ण, शिवन शृंगार दवनु....।। धृ ।।
हा बसवण्ण (बैल) कोणालाही मारीत नाही, हा शिवाचा सेवक आहे..।।धृ।।

बसवण्णन कोड नोड, कोडीन अदू जोडी नोड,
इवनु सारीगे हैदवनू, इ बसवण्ण शिवन शृंगार दवनु.........
बसवण्णचे हे शिंग बघा, या शिंगांची जोडी बघा,
या शिंगांनी तो कुणावरही हल्ला करत नाही, कारण हा शिवाचा सेवक आहे

बसवण्णन काल नोड अल्ली शिवशक्ती नोड,

इवनू अन्नवनिडूवनू, इ बसवण्ण शिवन शृंगार दवनु......
बसवण्णचे हे पाय बघा त्यातली ही शिवशक्ती बघा,
हा आपला अन्नदाता आहे, हा शिवाचा सेवक आहे ....
बसवण्णन बेन्न नोड, बेन्निनु अदू माट नोड,
शिवपार्वती कुळीती हरू, इ बसवण्ण शिवन शृंगार दवनु........
बसवण्णची पाठ पहा, पाठीचा बाक पहा,
त्यावर शिवपार्वती बसून विहार करतात...हा शिवाचा सेवक आहे

बसवण्णन बाल नोड, शिवन त्रिशूळ नोड,
इवनु सुन्दर काणवनू, इ बसवण्ण शिवन शृंगार दवनु.........
बसवण्णची शेपटी बघा, त्रिशुळाशी त्याचे साम्य बघा,
ज्यामुळे तो इतका सुन्दर दिसतो, हा शिवाचा सेवक आहे ....

बसवण्णन किवी नोड, आदरिंद केळूव येन,
शिवन नामन केळूवनू, इ बसवण्ण शिवन शृंगार दवनु........
बसवण्णचे कान पाहा, त्यातून काय ऐकतो पहा,
सतत शिवाचे नाम, हा शिवाचा सेवक आहे ....

बसवण्णन कण्ण नोड अल्ली शिवभक्ती नोड,
शिवन ध्यानवमाडूवनू, इ बसवण्ण शिवन शृंगार दवनु...........
बसवण्णचे डोळे पाहा, डोळ्यातली शिवभक्ती पाहा,
तो शिवाचे सतत ध्यान करत असतो, हा शिवाचा सेवक आहे ...

पौरोहित्य कधीपासून करायला लागली क्षिप्रा? स्पष्ट उच्चार आणि धीर गंभीर आवाज.. योग्य शब्दांवर योग्य वजन.... कधी शिकली? शिकली की हेसुद्धा अवगत, सहजी मिळालेलं पूर्वजांकडून? ...असेल. तसंच असेल. म्हणून तर आमराईमध्ये येऊन, वाड्यावर जायची तिला बुद्धी झाली. आणि मग अंबईसाठी पुन्हा एकदा तुळशी वृंदावन बांधायची इच्छा तिलाच झाली. तसं तर आवू भजनं म्हणते. स्वतः लिहितेसुद्धा काव्य. आणि चालीही स्वतःच लावते... पण तिला नाही हे सुचलं. अंबईनंच क्षिप्राला सांगितलं असेल का, की 'माझी लेक ना तू? मग आईसाठी इतकंही नाही करणार?' आणि क्षिप्राला ते समजलं. हे तसंच झालं ना.. जसा तिला पेशंटचा मृत्यू दिसायचा... कुणाचं तरी मरण दिसणं आणि ते

तसंच प्रत्यक्षात होणं...हा योगायोग नाही... मृत व्यक्तीची इच्छा स्पर्शून जाणं आणि त्यासाठी आम्हा सर्वांना बोलावून घेणं....हासुद्धा योगायोग नाही.

कारण एकच, ती रिक्त झाली आहे. आणि म्हणूनच तिला हे सगळं स्पर्श करत आहे आणि तिला तो स्पर्श स्पर्शतो आहे. आपणही रिक्त व्हायचं आता. स्पर्श होईलच मग आपल्यालाही. तो अनुभव घ्यायचा आहे आपल्याला.. अगदी आजच ..आजच...!'

दोन दिवस निसर्गाच्या सहवासात राहून त्यांचा परतीचा प्रवास सुरू झाला.

''क्षिप्रा, आमराई जवळ आलं. भद्राकडे गेलो नाही काल, सकाळी उशीर झाला म्हणून; पण आता जायला हरकत नाही. तरीही जाण्याआधी एकदा त्या बिल्डरला फोन करून बघ. आणि त्याने नाहीच उचलला तर जाऊ भद्राकडे.''

''दोघंही फोन नाही घेत आहेत. मला वाटतं जाऊ या भद्राकडे.''

''बर्री बर्री, यल्ले होग बंदिरी?''

''नाऊ ह्मीगे होगीद्वी....सल्प नीर कोड अप्पा''

''हंपीला जाऊन सोडल्या काय गं तुम्ही?''

''हौदू. छान वाटून सोडलं बघ ...''

''शंभू नीर तगोंड बा कुडील्लीक्के''

''भद्रा, तू फोन का नाही घेत आहेस कालपासून?''

''फोन? बंद पडून सोडलंय की गं ते... का, कशाला करून सोडलीस गं फोन?''

''साखरदांडे फोन घेत नाही आहेत गेले दोन दिवस. त्यांनी तुला काही सांगितलं का?''

''नाही. मी उद्या करून सोडतो घे फोन.''

''बरं... आणि अप्पाजी कसे आहेत?''

''तसेच. चांगले आहेत. कारी तू सांगून गेलीस आणि गौरानं चित्र काढायला सुरू करून सोडलंय बघ.''

''खरंच? मी नक्की तिच्यासाठी प्रयत्न करेन. आपण तिच्या चित्रांचं प्रदर्शन भरवू. अगदी नक्की.''

''थांकू कारी.''

''थँक्यू असं म्हणायचं आहे ना तुला?''

"हौदू"

"ठीक. यू आर वेलकम. निघू आता? खूप उशीर झाला आहे. दमलो आहोत. आणि अजून जेवण व्हायचं आहे."

"भद्रा, उद्या फोन कर नक्की आणि कळव."

"हौदू"

"फोटो बघू."

"किती छान आले आहेत."

"नाईजा, तू कॅमेरा आणलास हे छान केलंस."

"ह्या आठवणी आहेत ज्या आपण तयार केल्या आहेत.. पुढे भविष्यात बघण्यासाठी. आणि कोण किती जगतंय कुणास ठाऊक!"

"हो ना! फोटो काढलेस ते उत्तम केलंस, उद्या हार घालायला उपयोगी पडतील."

"जर कुणाला हार घालावासा वाटला तर....!"

"वाटेल वाटेल... आणि नाही वाटलं तरी ते बघायला आपण कुठे असणार आहोत?"

"इतरांचं जाऊ दे... आपण घालू...एकमेकींना हार. मोठ्ठा करून घेऊ फोटो. आणि भरगच्च हार घालू. आयुष्यभर हार मानली नाही म्हणून...."

"टाळ्या टाळ्या ....."

"जोरात वाजवा. असं म्हणतात की जितक्या जोरात टाळ्या वाजवू तितकी आतली ऊर्जा कार्यवाहित होते..."

"हा फोटो मस्त आहे. आपल्या सगळ्यांचा..तो परदेशी भेटला तिथे म्हणून हा फोटो एकत्र काढता आला. मस्त आला आहे. या फोटोच्या प्रती काढून प्रत्येकीला एक एक पाठवणार आहे."

"याच जन्मात पाठव..."

"तू जग तोपर्यंत.. समजलं?"

"कल का क्या भरोसा?"

"पुरे. जेवण आलं आहे. गिळा पटापट..भूक लागली आहे...."

भरल्या पोटी आणि भरल्या मनाने सगळ्या जणी लवंडल्या. झोपेचा अंमल चढत गेला. आज चंद्र अजूनच खुलला होता...खोलीच्या खिडकीतल्या उभ्या लोखंडी, थोड्याशा गंजक्या गजांमधून खोलीत डोकावत होता...

त्यांना मात्र त्याची चाहूलही नव्हती....

"मी मुसू. मी आज सर्व काही मनात साठलेलं लिहून टाकायचं असं ठरवलं आहे. याआधी असं लिहून वगैरे ठेवावं, असं कधी वाटलं नाही. आणि आज आता मनात आलं आहे तर मग थांबायचं नाही. आत्ता जे वाटतंय ते कदाचित पुढच्याच क्षणी वाटणार नाही आणि मग मी तशीच राहीन.. गच्च भरलेली.

यावरून मला एक वाचलेली कथा आठवत आहे. एक चर्च होतं आणि फादर बोध देत होते. आणि बोध देऊन झाल्यावर त्यांनी चर्चवर अवलंबून असलेल्या अनाथ मुलांच्या शिक्षणासाठी सर्वांनी मदत करावी, अशी विनंती केली. त्यांनी इतक्या तळमळून विनंती केली की प्रत्येकाला असं वाटलं की आपण खूप मदत केली पाहिजे. फादरनी सांगितल्याप्रमाणे एक काचेचा मोठा कटोरा हातात घेऊन चर्चचा पाईक रांगेतून फिरू लागला.

'एक सद्‌गृहस्थ शेवटून चौथ्या रांगेत बसले होते. त्यांनी खिशात हात घातला आणि हजार रुपयाची नोट काढली आणि ते तो कटोरा त्यांच्या पाशी येण्याची वाट बघू लागले. कटोरा नोटांनी भरत होता. लोकं मनापासून मदत करत होते. कटोरा इतका भरतो आहे हे पाहून त्या सद्‌गृहस्थाने विचार केला की चांगले पैसे जमत आहेत. हजार नकोत, पाचशे पुरेसे आहेत. त्यांनी हजार रुपयाची नोट खिशात ठेवली आणि पाचशेची नोट हातात घेतली. कटोरा भरतच होता. आता अगदी कटोऱ्याच्या काठापर्यंत नोटा आल्या. पुन्हा त्या सद्‌गृहस्थाने विचार केला की आता तर पाचशेसुद्धा नकोत; शंभर पुरेसे आहेत. हातात शंभर रुपये आले. कटोरा आता त्यांच्या रांगेत आला, तोपर्यंत तो खचाखच भरला होता. पाईक नोटा हातांनी दाबून ठेवत होता. शंभर रुपयाची नोट खिशात गेली. आणि दहा रुपयांची नोट हातात आली. कटोरा त्या सद्‌गृहस्थापाशी आला. तोपर्यंत दहाची नोट खिशात गेली होती आणि त्यांनी कटोऱ्यातली एक नोट उचलली.

तोच एकमेव क्षण असतो, जेव्हा विचार मनात येतो, तेव्हाच त्याची पूर्तता व्हायला हवी..."

माझं असं व्हायला नको, म्हणून लगेचच हे लिखाण....तर मी मुसू....देवाजी वायकोंडा जहागिरदार आमराईकर आणि अंबई देवाजी वायकोंडा जहागिरदार आमराईकर यांची मी मुलगी. शेवटची. म्हणजेच शेंडफळ. खरं तर मी शेंडेफळ नाही. म्हणजे नव्हते. माझ्या पाठीवर एक मुलगा होता. जहागिरदार घराण्याचा वारस. बालार्क. जो काही महिने जगला आणि देवाघरी गेला.

माझ्यापाठी मुलगा झाला म्हणून माझे कोण लाड होत होते. माझ्या पाठीवर हळदीचे हात उमटवले गेले होते. मला चांदीच्या पाटावर बसवलं गेलं होतं. त्या

पाटाच्या चारही कोनांना चांदीची फुलं लावलेली होती. मला त्या पाटावर बसवून सुवासिक तेल लावलं गेलं होतं. चंदनाचं उटण लावलं होतं. सुगंधी शिकेकाईनं माझे केस धुतले गेले होते. मग ऊन ऊन पाण्यानं न्हाऊ घातलं होतं. आणि नंतर माझी पूजा केली गेली होती. पंचारती ओवाळल्या गेल्या होत्या. पाच सुवासिनी होत्या ओवाळायला.

अर्थात हे मला काही आठवत नाही सगळं. इंदाक्का सांगायची हे सर्व. पण आठवतं की मी फार लाडकी होते. मला कुणी ओरडलं तर अंबई चिडायची...देवाजी रागे भरायचे. मी काहीही केलं तरी चालायचं. पण मग बालार्क गेला. अगदी अचानक. तो कसा गेला; नाही आठवत. आठवतो तो अंबईचा हंबरडा. आणि मग तिचं थोडंसं भ्रमिष्ट होणं. आणि मग आठवते ती आग... ज्वाळा...आरडा ओरडा.. धावपळ..

सिंहासारखा माझा बाप शेळी झालेला आठवतो. झगडला शेवटपर्यंत; पण यश नाही आलं. त्या झगड्यापेक्षा त्यानं काही वेगळ केलं असतं तर?

अंबई गेली त्या जळक्या वाड्यातल्या तुळशी वृंदावनापाशी. मी तिला नाही बघितलं शेवटचं. लहान होते ना. कुणी नेलंच नाही. ती गेली हे समजायलाही वेळ लागला. अंबई दिसत का नाही? ती मला सोडून कुठे गेली? ती बालार्ककडे का गेली? अशा माझ्या प्रश्नांना उत्तरं मिळत नसायची. आणि उत्तरं देणार तरी कोण? सगळ्याच लहान. घर नाही, अन्न नाही, कपडा नाही.... अर्थात हेही मला मी जशी मोठी होत गेले तसं समजू लागलं. शाळा नाही. मग दिवसभर फक्त उनाडत राहायचं. आणि भिकाऱ्यासारखं कुणाच्या तरी दारात जायचं.. ठरवून..अगदी जेवणाची वेळ झाली की. नाइलाज म्हणून दोन घास त्या गृहिणीला वाढावे लागायचे आणि मग त्या घासांबरोबर तिचे शब्दही खायचे..

'ई हुडगी उटा माडो वेळ्यान्न बरताळे ...बेखाद अष्टे उटा हाकीद्रनु व्हट्टे तुम्बांगील्ला .. बागल म्याले बंद्र होग अंथ हेळलिक बरुदुल्ला... अप्पनगे इष्ट मक्कळगे जन्म याक कोड बेकू औरुदू व्हटटी तुम्बल्लीके बरांगील्ला?'

ती बोलत राहायची आणि मी खात राहायचे. भिकारी काय... फुकटी काय...बापाच्या नावाने ....! तरी मी निलाजरी होऊन मान खाली घालून ती वाढेल तेवढं खात राहायचे. भूक ...फक्त भूक...बाकी काहीही नाही.. ती कंटाळायची, चिडायची...आणि आता संपलं... असं सांगायची.

कुणी द्यायचं कुणी नाही द्यायचं जेवायला. कुणी जेवायला बोलवायचं. मग त्या घरातला तो जवळ बोलवायचा.. अंगावरून हात फिरवायचा.. कुरवाळायचा...

एक शक्ती असते स्त्रीमध्ये- मग तिचं वय काहीही असो, ती कितीही लहान असो.. बाळ असो.. तिला स्पर्श समजतो. कुठला स्पर्श आधार देणारा आहे आणि

कुठला स्पर्श मायेचा आहे आणि कुठला स्पर्श वासनेचा आहे.

मलाही स्पर्श कळत होते.. वेगवेगळे... पण खरंच भूक त्या स्पर्शांवर मात करत होती. आम्ही सगळ्याच तशा होतो. ही कहाणी, हे अनुभव माझ्या एकटीचे नाहीयेत. इंदाक्का आणि नंदा सुटल्या. कारण त्यांनी लग्न केलं. आवू पण सुटली. तिनेही लग्न केलं. भांडून, अट्टाहासाने. ती इथून सुटली आणि तिथे अडकली...मग कुठली स्थिती चांगली होती तिची? तिला हे तेव्हा समजलं नसेल का? देवाजी समजून होते म्हणूनच विरोध करत होते तिला. पण तीही जिद्दीची...तिची जिद्द तिला आयुष्यभर भोगावी लागली. आणि तिच्यामुळे तिच्या मुलांनाही आणि आम्हा बहिणींनाही... त्यात तिची चूक नव्हतीच. हे असंच होणार होतं.

मी मात्र सर्व बघत होते. मोठी होत होते. त्या मानाने माझे लाड नंतरही होत होते. नंदा आणि कारी फार लाड करायच्या माझे. आणि खरं तर ......

लिहायला हवंच का?.... मी स्वतःशी प्रामाणिक राहू शकेन ?

नाही मुसू, तुला लिहायला हवंच...

तशी मी फार धूर्त होते. कदाचित आजही आहे. हा धूर्तपणा माझ्या अंगी आला...तो जन्मतःच होता का? की परिस्थितीने आला? मी धूर्त होते. एकीनं लाड केले की तिच्या बाजूनं राहायचं. दुसरी लाड करत असेल तर तिच्या बाजूनं....आणि कायम स्वतःला वाचवायचं. हे इतकं मुरलं रक्तात की त्यामुळे इतरांचे संबंध दुरावत आहेत, याची तमाच बाळगली नाही. मी, आणि माझं ...!

कारी त्याच्यावर प्रेम करत होती. हे प्रेम समजण्याइतपत मोठी झाले होते मी. मला कारीचं लाजणं, हसणं, नटणं आवडत होतं. एक सुप्त इच्छा मनात जागी होत होती. मी ही अशी व्हायला हवी. माझ्यावर पण कुणीतरी प्रेम करायला हवं. मग मीही अशीच लाजेन, हसेन, नटेन....मग पर्जन्यच का नको?

आणि भेटला पर्जन्य... कोवळं वय ते.. वाहून जायला वेळ लागतो का? तोही यायचा अगदी वाटेवर दबा धरून बसल्यासारखा. त्याला कसं कळायचं की मी त्या वाटेवरून जाणार आहे ते? डोळ्यांनी खुणावायचं आणि मला जरा आडवाटेवर न्यायचं. आणि मग..... ते रोमांचं.. प्रथम अनुभवलेली ती हुरहूर..मनात छिडकणारे पर्जन्यचे तुषार.... आत्ताही आठवलं तरी ...... मन अजून त्या गल्लीत त्या आडोशावर रेंगाळतय की काय?

आणि एक दिवस... कोसळत होता पाऊस ...चिखल झाला होता सर्वत्र..आणि मी पर्जन्यबरोबर .. त्या आडवाटेवर...दुरून दिसली मला कारी..ती येत होती..मी घाबरले.. तिनं बघितलं तर? मी लपले.. पर्जन्यच्या मागे ...पण तिचं लक्ष नव्हतंच.

पर्जन्य म्हणाला..घाबरलीस तिला? ती काही नाही करणार. मी आहे ना...तिला

मी चांगलं ओळखतो..

तो तिला, कारीला चांगलं ओळखत होता. तो क्षिप्रालासुद्धा चांगलं ओळखत होता. तो..

कारी खचली. तिनं आम्हा दोघींशी अबोला धरला. कारीचा अबोला मला परवडण्यासारखा नव्हता. ती माझे जास्त लाड करणारी होती. तिच्या पानातले दोन घास ती माझ्या पानात घालायची. ती मला कामं सांगायची नाही. आणि मी तिला काही प्रश्न विचारायचे नाही. जे जे ती सांगेल ते ते ठीक. मग माझे लाड व्हायचे. मला तिचा अबोला खटकू लागला. मी तिच्या आणा भाका घेतल्या. मी नाहीच असं तिच्या गळी उतरवण्याचा खूप प्रयत्न केला. आणि मला माहीत होतं, पर्जन्य क्षिप्रालाही त्याच्यात गुंतवत होता..... आणि मी क्षिप्राचं नाव पुढे केलं.

कारीनं क्षिप्राशी अबोला धरला. तो खेळ खेळत होता; पण तो खेळ समजत तरी नव्हता अथवा समजत होता; पण तरी हवाहवासा होता.

कारी बदलली त्यानंतर. तिनं मग स्वतःला पूर्ण झोकून दिलं कामात. सक्काळी जायची ती रात्री यायची घरी. कुठे जायची, काय करायची..? पण तिनं आमचं शिक्षण पूर्ण केलं. स्वतः पण शिकली. तिनं आम्हाला सावरलं. सावत्र आईच्या छायेखालून बाहेर काढलं. देवाजी आणि माई आणि त्यांच्या तीन मुली.. इथेही घराला वंश मिळाला नाहीच. आणि त्या माईच्या बहिणी ...त्यांनीसुद्धा वंश दिला नाहीच देवाजींना. की दिला होता पण तो नष्ट केला गेला?

आणि एक दिवस काय झालं कुणास ठाऊक! कारीनं मला, नाईजाला आणि क्षिप्राला हाताशी धरलं आणि घर सोडलं देवाजींचं. आणि कारीच आमची आई झाली. मग मात्र एकाच गावात राहत असूनही तिनं पुन्हा देवाजींचं तोंड बघितलं नाही. अगदी ते वारले तेव्हासुद्धा नाही. त्यांना आमची आठवण आली असेल का? का नाही त्यांनी आम्हाला बोलावून घेतलं परत? कसे ते राहू शकले त्यांच्या मुलींशिवाय? माणूस कोडगा होतो का परीस्थितीनं? आपण झालो का कोडगे? झालो. होय, परिस्थिती माणसाला कोडगं बनवते. लाचार बनवते.

कारीनं आम्हाला आधार दिला आणि म्हणूनच कारीच्या मनात माझ्याबद्दल किल्मिष राहू नये त्यासाठी वाट्टेल ते केलं. नंदी बैल झालो. कारीला तो माझा सेवाभाव वाटला. मी आज्ञाधारक. मीच एकमेव कारीला ओळखणारी. मीच ती, तिची काळजी घेणारी. गोड वागून काम करता येत असेल तर विनाकारण कडवटपणा का घ्यायचा? मीसुद्धा क्षिप्राच्या बरोबरीनं अपराधी होते तिची... पण मी शेंडेफळ म्हणून आणि मी शालीन म्हणून मला क्षमा मिळाली. शालीन? छे! ते तर माझं स्वतःला सुरक्षित करणं होतं. बळी क्षिप्राचा गेला. मी सुटले. आणि माझी ही

शालीनतेची ख्याती सर्वत्र पसरली होती. आणि म्हणूनच एकंदरीतच सगळ्याच बहिणी माझ्यावर प्रेम करणाऱ्या. नंदासुद्धा...नंदानं मला तिच्या घरी ठेवून घेतलं जेव्हा मी अकरावी पास होऊन मुंबईला गेले.

नशीबवान होते तशी मी. आरटीओमध्ये नोकरी लागली. राहायला घर होतं. पण ... सरळ सुरळीत चाललेलं आयुष्य मलाच बघवलं नाही वाटतं...

क्षिप्राचं नाटकात काम करणं....एक वलय आहे तिचं असं वाटलं. आणि मग मलासुद्धा नाटकात काम करायची ओढ लागली. मलाही मोठं व्हायचं होतं. नाव कमवायचं होतं. आणि मला काम मिळालं. क्षिप्रामुळे. दोघी बहिणी एकाच नाटकात काम करू लागलो. त्यातही गंमत आहेच. मी झाले हिरोईन आणि क्षिप्राला मिळाला साईड रोल. मग माझा भाव वधारला. माझ्याआधी या इंडस्ट्रीत येऊनही क्षिप्रा अजूनही होती दुय्यम भूमिकेत आणि मी? मी बाजी मारली. पण तरीही आता मला क्षिप्राची गरज होती. मी माझा मोहरा तिच्याकडे वळवला. खरं तर नंदाला माझं हे वागणं आजिबातच पसंत नव्हतं. ती नाराज असायची. तिनं बोलणं कमी केलं होतं. क्षिप्राच्या नादानं मी बिघडत आहे हे तिचं ठाम मत होतं. पण मला तिच्या मताशी काहीही देणं घेणं नव्हतं. कारण मला नाटकात काम करायचं होतं. म्हणून मग मी सरळ क्षिप्राच्या घरी राहायला गेले. आता मला तिची गरज होती; नंदाची नव्हती. आणि तिथे मला विजू भेटला होता. नाटकात आमची जोडी होती. आणि ही जोडी रंगमंचाबाहेरही असावी असं मला खूप आतून वाटू लागलं होतं. आणि जर माझी इच्छा पूर्ण व्हायला हवी होती तर ती क्षिप्राच करू शकली असती. आता तिची क्षमा मागण्यावाचून माझ्याकडे दुसरा पर्याय नव्हता. विसर देवगावमध्ये जे झालं ते. चुकले मी. तो पर्जन्य तसलाच होता.. कारीनं तुला समजून घ्यायला हवं होतं. मी तर लहान आहे..मला काय समजतंय? वगैरे..वगैरे..! क्षिप्रा भोळसट... खरं वाटलं तिला.. पण आता विचार येतो की खरंच खरं वाटलं तिला माझं, की तिनं मी तिची बहीण म्हणून सोडून दिलं? पण पर्जन्य....

मला माझ्यासाठी म्हणून कुणी हवं होतं. तिथे पर्जन्य होता. मी पर्जन्यसाठी वेडीपिशी झाले होते. कारी दिसायला सुरेख, गोरीपान, काय रंग आहे तिच्या त्वचेचा...अगदी आजही...मग तारुण्यात तो रंग किती बहरलेला असणार... आणि मी? मी काळी. माझ्याकडे कुणाचं लक्ष कसं जाणार जर समोर कारी असेल तर? खूप मेहनत घ्यावी लागली होती, पर्जन्यला माझ्यापाशी आणण्यासाठी. अगदी सर्व बहाल करावं लागलं होतं. आणि मला ते आवडलंही होतं. कारी फक्त प्रेम करत होती की काय? तिनं जर स्वतःला माझ्यासारखं बहाल केलं असतं, तर पर्जन्यनं माझ्याकडे ढुंकूनही बघितलं नसतं.

हे मी काय लिहित्ये? पुन्हा पुन्हा पर्जन्य कशाला? ..

पण.. हवा..पर्जन्य हवा. इतक्या सहजी नाही गेलेला तो आयुष्यातून माझ्या. मी मुंबईत आले आणि पर्जन्यही आला, येत राहिला. छळ मांडला त्यानं माझा. आता तो मला नको होता; कारण मला माझा जोडीदार मिळाला होता. पण आता त्याला चटक लागली होती. माझ्या शरीराची. तो माझ्या देहाला शिसवी देह म्हणायचा. तेव्हा मला ते आवडायचं. सोन्यासारख्या देहापेक्षा शिसवी देहाला पसंत केलं गेलं होतं. माणसाचं कुणाच्यात तरी गुंतणं म्हणजे शरीर गुंतणं. कारण शरीर ही एकच भाषा माणसाला पटकन कळते. मी बघत होते ना लहानपणापासून .. हेच तर बघत होते. अनुभवत होते.

आवूच्या घरी जायचं.. तिच्या मुलांना सांभाळायचं; कारण मग जेवण मिळायचं. आणि तिथेच आवूचा देवदत्त असायचा. झिंग असायची त्याला. आणि त्या झिंगलेल्या अवस्थेत तो आम्हाला समोर उभं करायचा. मी आणि क्षिप्रा..लहान होतो अगदी..तो समोर उभं करायचा आणि आम्हाला आमच्याच अंगावरून हात फिरवायला लावायचा. गुप्त भागांवरून ... आणि आवू समोर रडत असायची.. तान्ह्याला छातीशी धरून...मग चिडायची... आम्हाला ओरडायची...'कशाला येता इथे? भुकेनं मेलात तरी चालेल; पण इथे यायचं नाही. चालू लागा....'

आणि मी? तशीच उभी...बधिर होऊन...

मला नव्हतं माहीत, की शरीर हे असंही असतं. मला माहीत असलेलं शरीर म्हणजे फक्त भूक. पण एक वेगळी भूकही असते याची ओळख, जाण, आवूच्या घरी प्रथम झाली.

मग समजू लागलं की या दुसऱ्या भुकेसाठी, तिला शमवण्यासाठी माणूस काहीही करतो. हे काहीही करणं तेव्हाही होतं, जे आत्ताही आहे...फरक इतकाच की आता बायका बोलू लागल्या आहेत..आणि त्या वेळी बोलत नव्हत्या.

कुणी अत्याचार सहन करत होत्या, तर कुणी आपणहून त्यासाठी जात होत्या.

मी आपणहून जाणारी ठरले. पर्जन्यकडे. मला ते महत्त्व हवं होत, जे कारीला मिळत होतं. कारी बाजूला झाली. एकटी पडली...आणि मी पर्जन्यशी. जेव्हा मुंबईला जायला निघाले तेव्हा त्यानं थोबाडीत मारली होती माझ्या. कारण त्याला हवं तेव्हा हे शरीर मिळणार नव्हतं. आणि कारी त्याला कधी जवळ करणार नव्हती.

हे एखाद्या हिंदी सिनेमासारखं वाटेल की बहिणीच्या प्रेमावर लहान बहिणीचा घाला..वगैरे...पण हा सिनेमा नव्हता..सत्य होतं.

आणि आता हवं होतं ते प्रेम कायम मिळेल असं. तेव्हापासून तडफडत

राहिले..आपलेपणासाठी. क्षिप्राला बघितलं, तिचा प्रियकर तिच्यासोबत होता. भले भाड्याचं घर होतं तिचं, तर काय झालं? तो होता तिच्यासाठी. मग माझ्यासाठी का नाही? आणि मला भेटला विजू... माझा जोडीदार. नाटकातला, ज्याला मी सत्यात आणू बघत होते. आणि त्यासाठी मला क्षिप्राच हवी होती...आणि ती मिळाली. मागचं सर्व विसरून ती माझ्यासाठी पुन्हा उभी राहिली. आणि जो सेवाभाव माझा कारीसाठी होता, तो आता क्षिप्रासाठी सुरू केला. गरज होती ना..

तालीम, नाटक सुरू झालं आणि मी ते कंटाळवाणं आरटीओचं ऑफिस विसरले. मी नाटकात काम करते म्हणून माझ्या बॉसनं मला सूट दिली होती. एक नशा होता नाटक म्हणजे..पण ज्या दिवशी नाटक नसेल त्या दिवशी त्या काळोख्या, उदासीन, कळकट आरटीओच्या ऑफिसमध्ये माझा जीव गुदमरून जाऊ लागला होता. तिथे आनंदाचा क्षण एकच होता.. पगाराचा दिवस. पैसे हातात येण्याचा क्षण.

आणि आणखीन काही क्षण मी माझ्यासाठी नाही तर माझ्या घरासाठी, संसारासाठी गोळा केले. पण ते खूप नंतर. त्याआधी कित्ती काय घडलं.

आता पैसा आणि प्रेम दोन्ही माझ्याजवळ होतं. विजूशी लग्न करायचं हे तर नक्की केलं होतं. घरातून, म्हणजे कोणतीही बहीण साथ देईल असं वाटत नव्हतं. आणि झालंही तसंच. नंदानं कायमचे संबंध तोडले. क्षिप्रा लग्न न करताच जनकबरोबर राहत होती..आणि आता मी ..क्षिप्राच्या ओळखीच्या पुरुषाच्या प्रेमात पडलेली... म्हणजे तो पुरुषही जनकसारखा असणार असं वाटलं असणार तिला. मी काही नंदाला कारण विचारायला गेले नाही. कशासाठी जायचं? नकार ऐकायला? की तिचं प्रवचन ऐकायला? स्वतः गेली ना घरातून निघून..इतर बहिणी कशा राहतील, कशा जगतील याची पर्वा न करता.. मग? नाहीच गेले तिच्याकडे..आणि शेवटी हे माझं आयुष्य होतं. त्या माझ्या आयुष्याचे निर्णय फक्त मीच घेणार आणि निर्णय घ्यायला मी माझी समर्थ होते.

क्षिप्रानं मला समजून घेतलं. ती मला, माझ्या प्रेमाला समजून घेणारी होती. ती खरंच मागचं सगळं विसरली होती का?

विसरली असेल..नसेल..पण...

पण एक गोष्ट घडलीच..

क्षिप्रा नेहमी म्हणते की 'कुणाची भूक एका पोळीची असते, तर कुणाची भूक चार पोळ्यांची असते..'

माझी भूक किती पोळ्यांची? की कितीही पोळ्या खाल्या तरी पोट न भरणारी माझी भूक?

ती एक शांत संध्याकाळ होती. पावसाळी वातावरण होतं. मला सुट्टी होती.

मी अशीच गझल ऐकत पहुडले होते. शब्द शब्द भावनांना पुलकित करत होते. रफी गात होता.. 'तू मेरे सामने है..तेरी जुल्फे है खुली..तेरा आचल है ढला ...मै भला होश मै कैसे रहू.....'

आणि ती मी होते, माझे केस मोकळे होते, माझी नजर ... माझा पदर...मी वर बघितलं..मला तो दिसला.. माझ्याकडे बघत असलेला.. मी पुन्हा खाली घातली मान...नजर..आणि माझा पदर...मी पुढे झाले..आणि त्याला बिलगले..हळुवार..मग घट्ट आणि मग घट्ट अजून घट्ट.. तो माझे हात बाजूला करत होता का? नाही आठवत... आठवतं इतकंच की पदर ढळलेला पुन्हा वर सरकवायला वेळ लागला..बराच...

क्षिप्रा दुसऱ्या नाटकाच्या दौऱ्यावर होती. ती येणार नव्हती तीन-चार दिवस....जनक पुन्हा अनेकदा समोर होता आणि ...पण पदर पुन्हा ढळायला हवा होता मला... पण त्यानं.. पुन्हा त्या ढळलेल्या पदराला नाही हात दिला. पुरुष किती स्वार्थी असतात नाही? त्यांना वाटलं तरच..बाईला कधी वाटलं तर ती चवचाल..! जनकला काय वाटलं? त्यानं क्षिप्राचा विश्वासघात केला म्हणून? पण एकदा घात केला तर .. मग दुसऱ्यांदा जर केला तर काय फरक पडला असता? एका खुनाची शिक्षा फाशी, तर मग दहा खुनांची शिक्षा काय दहा वेळा फाशी?

क्षिप्रा म्हणते आजही..कुणाची भूक एका पोळीची असते तर कुणाला तीन-चार पोळ्या लागतात...

आता यात माझी काय चूक? होते मी तशी. जास्त भुकेची. आणि म्हणतात ना की वंशपरंपरेनं काही गोष्टी येतात... !

माझ्या लग्नासाठी जनकनं मात्र खूप खटपट केली. आणि क्षिप्रानंसुद्धा. त्यांचं लग्न झालं नव्हतं तरी माझं कन्यादान त्या दोघांनी केलं. किती छान...! छान? की मला घरातून कटवण्यासाठी खटपट केली? क्षिप्राला समजलं होतं की काय? काही का असेना. माझं लग्न झालं हे महत्त्वाचं....

आणि मग झाला संसार सुरू..

मुसूचा संसार.. आणि दोन मुलं. एक मुलगी आणि एक मुलगा. शमी आणि अक्षय. सासू सख्खी? नाही. दत्तक घेतलेला विजू त्याच्याच काकूने. काकू बालविधवा होती आणि सख्ख्या सासूला पाच मुलगे आणि तीन मुली...

हे दत्तक प्रकरण माझ्या राशीतच असावं बहुतेक. अण्णाजी दत्तक गेलेले.. आणि आता नवरा दत्तक गेलेला. पण सासू चांगली होती. कारण तिचं स्वतःचं घर होतं. आम्हा बहिणींमध्ये स्वतःचं घर असलेली मी एकमेव.. का नाही तोरा करणार? माझं घर, संसार चांगला आहे हे बघून मग नंदाही आली जवळ परत...हे असं असतं. दुनिया सलाम करते पैशांना..

सासू मास्तरीण होती. तेही बरं होतं. मुलांना शिकवायची...अर्थात नाटक सोडलं मी. घर, नोकरी आणि मुलं यातच गेले गुरफटून...नाही काही नावीन्य, ना कसलं चैतन्य...

चैतन्य आलं पुन्हा ते अजयमुळे. अजय..! त्यानं मला जगावं कसं हे शिकवलं. लग्न होऊनही एकटा असलेला अजय. मूल ना बाळ...त्याचं घर म्हणजे नीरव शांतता. उदास बायको आणि खिन्नता. त्याच्यामुळे माझं आयुष्य उजळलं की माझ्यामुळे त्याच्या आयुष्यातली खिन्नता गेली? आरटीओच्या उदासीनतेत चैतन्य आलं. मला माझी नोकरी प्रिय झाली. इतकी की त्यापुढे विजूचं दारू पिणं, निष्क्रिय असणं..सगळं सगळं दूर वाटू लागलं. नाहीतरी त्याला दिवसभर घरात निष्क्रिय होऊन पडलेलं बघायचा कंटाळा येत चालला होता.

आणि एक दिवस त्यानं पैसे मागितले, दारूसाठी..नाही दिले मी..आणि मग अंगावर वळ उमटत राहिले. माझ्या काळ्या अंगावरही ते वळ उठून दिसत होते.

मुलांच्या दुधासाठी ठेवलेल्या पैशांची रात्री देशी दारू घरात आली आणि मग मात्र मला नाही सहन झालं.. मुसू त्या वेळी कोसळली. का पितोय तो? उत्तर नाही...काय करायचं या आयुष्याचं त्याला? माहीत नाही. हा डोलारा घराचा, समाजातला .. कसा सांभाळायचा? त्याला कसं सांभाळायचं? आणि मुलांचं काय करायचं?

आणि मग मुसू पुन्हा एकदा कोसळली. मला तो दिवस, ती संध्याकाळ आत्ताही आठवत आहे. रेल्वेचा पूल चढून आले होते मी. पूल उतरला की समोरच घर. आणि पुलावर अनपेक्षितपणे ते दिसले.. रघुनंदन..माझे साहेब...

"सर, तुम्ही इथे?"

"बाई, तुम्हाला सावध करायला आलो आहे. काही बोलायचं आहे. जरा या माझ्याबरोबर .."

"कुठे? कशाबद्दल?"

"तुमच्याबद्दल काही कानावर आलं आहे. येताय ना?"

आणि मी माझ्याही नकळत साहेबांच्या पाठोपाठ चालू लागले. रिक्षातही बसले. एका आलिशान हॉटेलसमोर रिक्षा थांबली. हिप्नोटाईझ, ह्यालाच म्हणत असावं. मी त्या हॉटेलमध्ये गेले. आणि रिसेप्शनवर जेव्हा साहेबाने नाव श्री. आणि सौ. कारखानीस म्हणून सांगितलं तेव्हा माझी भूल उतरली. मी भल्या मोठ्या काचेच्या दाराला ढकलून बाहेर आले.

"काय झालं? बाहेर का आलीस? मला बोलायचंय ना तुझ्याशी..."

"मला नाही बोलायचं."

"याचे परिणाम?"

"काहीही होवोत."

"पैशांची गरज आहे ना?"

"मी बघेन माझं.."

"म्हणजे अजय चालतो तर हा रघुनंदन का नाही चालत? आणि मी साहेब आहे, हे विसरू नकोस.."

मी घामाने डबडबले होते. काय होईल जास्तीत जास्त? नोकरी जाईल अथवा ... पण मी पैसे खाते ह्याला पुरावा कुठे आहे? मग? जाऊ दे नोकरी गेली तर...

मी वळले आणि चालू लागले...

घरी काय सांगणार? इतका वेळ कुठे होते? निष्कांचन आणि निरुद्योगी माणसाचं मन संशयाने तुडुंब भरलेलं असतं...

घरी आले तर विजू घरात नाही, आणि अक्षयसुद्धा नाही. सासूबाई चिंताग्रस्त..

"उशीर झाला गं."

"हं... कुठे आहेत दोघं?"

"काय सांगू तुला? तुला यायला उशीर झाला तसा अक्षयला घेऊन बाहेर गेला. भाजीसाठी पैसे ठेवले होतेस ते घेऊन गेलाय..."

"कुठे?"

"नाही माहीत. तुला का उशीर झाला बाई?"

"मी शोधून येते.."

कुठे जाऊ? कुठे शोधू? चालत राहिली मुसू...या गल्लीतून त्या गल्लीत...दारूची दुकानं बघत ..आणि अचानक समोर दिसला अक्षय. घाबरलेला, रडवेला..एका रस्त्यावरच्या पिंपावर बसलेला..अक्षय आणि इथे? या झोपडपट्टीच्या गल्लीला लागून असलेल्या एका गुत्त्यासमोर?'

मी धावले. त्याला जवळ घेतलं.

"बाबा?"

"आत दारू पीत बसले आहेत."

"तू इथे काय करतोयस?"

"मला खेचत घेऊन आले. इथे या पिंपावर बसवलं आणि आत गेले."

"रडू नको. घरी चल. मी आहेना...? चल."

माझा संयम संपला. माझी ताकद हरवली. पायातलं त्राण गेलं. हंबरडा फोडावासा वाटू लागलं. आजूबाजूने जाणाऱ्यांच्या तोंडाला येणाऱ्या वासाने उलटी होऊ लागली. तोंड, नाक दाबून घरी आले. अक्षयला सासूबाईंच्या हवाली केलं आणि.....

मुसू बाहेर पडली घरातून तेव्हा. तिला शांतता हवी होती. अंगावर आदळणाऱ्या

एका एका प्रसंगांमुळे ती हतबुद्ध झाली. लालसेने वळवळणारी पुरुष जात,ही लालसा नशेची, शरीराची. आणि त्यातून स्वतःला वाचवणारी एक असहाय बाई...! तिने फोन केला त्याला... 'येतोस का रे? भेटशील आत्ता?'...गंमत आहे नाही? आधारासाठी पुन्हा तिने फोन केला तोही एका पुरुषालाच... तो आला. इतक्या रात्रीचं कुठे जायचं?...'

मुंबईत हॉटेल्सची कमतरता नाही. त्याच्या कुशीत शिरून मन रिकामं केलं. रडून रडून डोळे लाल झालेले. घसा कोरडा झालेला, ओठ शुष्क झालेले. आणि शुष्क ओठांवर ओलावा जाणवला. तो ओलावा आत निथळत गेला....

घर सोडून येणं तसं सोपं नसतं. मलाही सोपं नव्हतं. पण विजूनं काही मार्गच ठेवला नव्हता माझ्यापुढे. शमीनं माझी पाठ सोडली नाही. तू जिथे जाशील तिथे मी येणार.. असं म्हणणारी शमी आलीच होती माझ्याबरोबर.. क्षिप्राकडे. अक्षय मात्र घरीच राहिला. पण क्षिप्राच्या त्या एका खोलीत राहणं मला जमणारं नव्हतं. पण मी माझी परतून जाणारही नव्हते. आणि विजू आला.. माफी मागत.. अगदी पायांशी बसून राहिला. आणि मी घरी गेले परत. घरात पोचले आणि मोकळं वाटलं. मोठ्या घरात राहायची सवय झाली की किती कठीण पडतं लहान घरात राहणं. एके काळी अशाच लहानशा क्षिप्राच्या घरात मी अगदी आरामात राहत होते. त्या वेळेला डोक्यावर छप्पर आहे, यात समाधान होतं. पण फार जड जात होतं तिथे राहणं. ती लहानशी खोली. छोटं स्वैपाकघर, त्यालाच जोडून एक लहानशी मोरी. शी! विजू आला म्हणून सुटले. घराचं दार उघडलं आणि एकदम मोकळा श्वास घेतला. आणि शहाणी झाले. हे घर आपलं आहे. आपण कष्ट घेतो म्हणून घरात पैसा येतो. सासूबाई त्यांचा पैसा सांभाळून असतात. तो पैसा विजूच्या दारूसाठी खर्च होत नाही. आपला पैसा दारूसाठी खर्च होतो. म्हणजे आपण मालकीण. मग मी का घर सोडून जायचं? विजूनं जावं. माझा हा विचार मलाच खूप पटला. मग मी राज्य गाजवायला सुरुवात केली. सासूबाई अगदी साध्या होत्या. मला काहीच बोलायच्या नाहीत. आणि तशीही मी ऐकणारी नव्हतेच कधी.

मग मात्र मी माझा वचक ठेवला घरात. मी सांगेन तसंच वागायला हवं...आणि विजू तसा वागू लागला. पण त्याचं हे नाटक फार काळ टिकलं नाही. सासूबाई सर्व बघत होत्या.. त्यांना हे खरं तर सहन होण्यासारखं नव्हतं. दत्तक घेतलेला मुलगा काही कामधाम न करणारा..अहोरात्र दारू पिणारा आणि आयत्या अन्नावर यथेच्छ ताव मारणारा...

मला माझ्या सासूचं आश्चर्य वाटतं अगदी आजही... काय गरज होती तिला

आम्हाला घरात ठेवण्याची. नाही तरी दत्तकच पोरगा होता..सख्खा असता तर कदाचित मला समजू शकलं असतं..

राजरोस घरी येणारा सुनेचा मित्र त्या बाईनं खपवून घेतला. त्याचं आगत स्वागत करायची. इतकंच नाही तर कधी अजयची बायको पण यायची, तर तिलाही खाऊपिऊ घालायची. घरी क्षिप्राच्या मुली यायच्या सुट्टीत तर त्यांचेही लाड करायची. वर्ज्य असं तिला काही नव्हतंच. सासूबाईंची स्वतःची इस्टेट खूप होती. त्यांना माहेरच्या शेताचं धान्य मिळायचं..पेन्शन होतं, स्वतः शिकवण्या घ्यायच्या. शिवाय मी राहत होते ते घरही त्यांच्याच नावानं होतं. कोणत्याही क्षणी मला, विजूला त्या घराबाहेर काढू शकत होत्या..का नाही काढलं? त्यांच्या सज्जन, सात्त्विक स्वभावाचा मी फायदा घेत होते का? असेलही. पण इलाजच नव्हता ना माझा... जरा कुठे सर्व व्यवस्थित चालू होतंय तर पुन्हा काही तरी बिनसायचं. हा शाप आहे मला, माझ्या आयुष्याला.. घेतला मी फायदा..

हो, घेतला...काय करणार?

रोज ठर्रा पिऊन पिऊन विजू एक दिवस कोसळला आणि मग कधी उभा राहू शकला नाही. अर्धांगवायू झाला त्याला. आणि माझी खरी परीक्षा सुरू झाली. त्याची सेवा, त्याची स्वच्छता, त्याचा न बोलता येणारा चेहरा.... मला त्याची दया आली का?

केली सेवा, अगदी निष्ठेनं. पूर्णत्वानं.. खरं तर मला दिवस गेले होते. तशाही स्थितीत मी सेवा करण्यात चुकले नाही.

आणि जन्म झाला रोहिणीचा.

तिला बघून काहींना वाटलं की ही मुलगी कुणाची? पण त्यांच्या वाटण्याशी मला काही कर्तव्य नव्हतं. ती माझी होती. ती मोठी होत होती. पण घरातलं वातावरण मात्रं खालावत होतं. मुसू एकटी कमवणारी आणि सहा तोंडं खाणारी.. शाळा, शिक्षण..कपडा, अन्न, औषधपाणी...

विजू ठणठणीत होता तेव्हाचा एक प्रसंग तर आजही माझ्या अंगावर काटा आणतो. गरज होतीच.. पैसा कितीही असला तरी पुरतो का? ऑफिसमध्ये बऱ्याच गोष्टी घडत असायच्या. रिक्षावाले, टॅक्सीवाले..त्यांच्या पासिंगचं काम करताना अनेकांच्या टेबलाखाली चिल्लर, नोटा जमा व्हायच्या. सर्वांनाच हे माहीत असायचं; पण कुणी उघड उघड बोलायचं नाही. एक दिवस अचानक माझ्याकडेही अशा दोन नोटा आल्या आणि मी चमकले.. घाबरले.. आणि .. नंतर सावरले. आणि माझ्या पर्समध्ये पहिल्यांदा दोनशे रुपये पगाराव्यतिरिक्त पडले.

"विजू, आज असं असं झालं रे आणि मला दोनशे रुपये मिळाले. हे चूक आहे. मला असा पैसा घ्यायला नको होता. माझं मन मला क्षमा करत नाही आहे.

काय करू?''

''मला दे ते. आणि असे आता रोज देत जा. आली मोठी नीतीची...दे मला...''

घरातली बाई वाममार्गाला लागते तर घरातला पुरुष तिला प्रोत्साहन देतो?

''आज किती मिळाले?''

''नाही काही''

''हे असं चालणार नाही सांगून ठेवतोय. मला पैसे मिळालेच पाहिजेत. रोजच्या रोज. कसेही आण. आणि आणले आहेस ना? पर्स दे, बघू दे मला. लपवतेस काय? आणि कोण तुला फुकट देणार पैसे? टेबलाखालून पायांना पाय लावताना मजा येत असेल ना? फक्त पायच की आणखीन काही.....? काहीही कर, साली. लपवते पैसे..''

वेश्या हा शब्द किती डागण्या देतो याचा अनुभव घेतलाय मुसूने...

शमीला कुठे काय माहीत होतं? तिला का राग होता माझा? केवळ एका प्रसंगानं तिनं आईची किंमत केली.

थकवा ..प्रचंड थकवा. विचारांचा, शरीराचा, भावनांचा ... थकून बसले होते मी. विजूला नुकतंच स्वच्छ करून झालं होतं. तो आतल्या खोलीत कायमचा त्या लोखंडी कॉटला बांधलेला. आणि मी न दिसणाऱ्या रस्सीने त्याला बांधलेली. सासूबाई कुठे गेलेल्या आणि मुलं खेळायला गेलेली.

दार वाजलं. दारात अजय! आत्ता? अचानक? ये ना ...त्याला कसं कळलं माझं रितेपण? माझा प्रचंड थकवा? ये ना रे... बस..असा इथे जवळ बस. घे मला कुशीत. मोकळं होऊ दे मला. घट्ट धरून बस फक्त. बाकी काहीही नको. वडील कसे धरतात मुलीला? आश्वासक..मी आहे..! तसं. तो स्पर्श नाही कधी मिळाला. तू दे.. अजून घट्ट.. अजून.. त्या घट्ट बंधनात मोकळी होत जाणारी मी..निःशब्द.!

दार उघडलं? कुणी? चावी कुणाकडे असते? सासूबाई? की..? की...?

त्या दिवसापासून शमी मला दुरावली. कायमची.

आणि अजूनही एक घडलं.. शमी आधीच माझा दुस्वास करत होती. खरं तर झाल्या प्रकरणात माझी काहीच चूक नव्हती. इंदाक्काचा अंतू मुंबईत आला आणि माझं घर मोठं म्हणून माझ्याकडे राहत होता. त्याला शमी आवडू लागली. इतकी की तो तिची पाठ सोडेना. त्याला समजावलं .. एकदा.. दोनदा..! मुलीच्या जातीला एक वेगळी समज असते. तिला समजतं की कुठला पुरुष तिच्याकडे कोणत्या नजरेने बघतो आहे ते.. शमीला ती नजर समजली नाही? का आधी तिला ती नजर आवडत होती? जास्त ओळख

झाली की मग समजतं ...व्यक्ती आपल्या योग्यतेची नाही. पण ही जास्त ओळख होईपर्यंत मध्ये बराच काळ जातो. आणि त्या मधल्या काळामुळेच अनेक गोष्टी घडतात, ज्या नंतर डोईजड होतात.. शमीचं असंच झालं. मी नोकरी, घर यात व्यस्त आणि तेव्हा अजयही नव्हता मला आधार द्यायला. ओळखच नव्हती. सर्व करायचं ते एकटीनं. नाही मिळाला वेळ मला मुलांसाठी.. त्यात मुलांचा बाप सतत नशेत.. कधी दारूची नशा ...तर कधी स्वतःच्या नसलेल्या मोठेपणाची नशा...! अंतूला घर सोडून जा असं शेवटी सांगितलं ते मीच ना? गेला बिचारा. मध्ये खूप काळ लोटला. पुन्हा नातं जुळलं. त्याच्याशी मी नातं ठेवते याचा शमीला राग.. शेवटी माझ्याच बहिणीचा मुलगा ना तो? दिला असेल त्यानं शमीला त्रास... वय असतं ते.. पण नंतर झाला ना शहाणा? आला का परत? मी अंतूशी बोलते..या कारणावरून इतका माझ्यावर राग? इतका माझा दुस्वास? तेव्हा करतच होती आणि अगदी आत्तासुद्धा करते. आई म्हणून जे प्रेम एका अपत्याकडून मला मिळायला हवं, ते तिनं कधी दिलं नाही. असं म्हणतात की जर तुमच्या प्रेमाची अपेक्षा बाहेरून पूर्ण होत असेल, तर मग अपत्याचं प्रेम तुम्हाला नाही मिळत.

मी स्वतंत्र विचारांची आहे. शमीचं मत तिचं तिच्यापाशी. मी ते मान्य केलं. तिलाही स्वतंत्र विचार आहेत.... मी तिच्या विचारांचा मान ठेवला.

विजू ज्या दिवशी वारला त्या दिवशी घरात मी एकटीच होते. सासूबाई मुलांना घेऊन सर्कस बघायला गेल्या होत्या. अजय नव्हता. अजयची बायको, तिने घटस्फोट मागितला होता आणि त्याच दिवशी नेमकी कोर्टाची तारीख होती. मी अगदी एकटी होते. विजू गेला.. सुटला... नाहीतरी लोळत लोंबत आयुष्य चाललं होतं त्याचं. आणि त्याच्याबरोबर आम्हा सर्वांचं. अशा तऱ्हेनं अंथरुणाला खिळलेल्या माणसांना स्वेच्छामरण मिळायला हवं. पण विजूला ते हवं होतं का? नाही. त्याला एक वेगळा आनंद मिळत होता. माझ्याकडून सेवा करून घेताना. त्याचे विधी मी जेव्हा स्वच्छ करायची तेव्हा त्याच्या वाकड्या ओठांवर एक खुनशी हास्य दिसायचं मला. त्याचा हा आनंद... नाही..त्याला कधीही मरण नको होतं; पण ते आलं. आणि मीही चंग बांधला होता. तुला आनंद मिळतो तर मी करत राहीन तुझं. मी चिडणार नाही. थकले तरी तुला तसं दाखवणार नाही. विजू, मी तुला दूर करणार नाही.

आणि खरच त्याला कधी दूर नाही केलं मी. दिवसभर ऑफिसमध्ये काम करायचं आणि घरी आल्यावर त्याचं आवरायचं..सर्वच... खरी नर्स तर मी होते.

क्षिप्रा उगीचच गेली नर्स व्हायला. तिला हे घाण काढणं कधीच जमणार नव्हतं. आणि घाण काढायची .. तीही कुणाची? सर्व अनोळखी व्यक्तींची...कोणत्याही जातीतल्या...कोणत्याही वयातल्या...पळून गेली ती..तिला एकच माहीत.. सुंदर दिसायचं..चार लोकांनी केलेलं कौतुक झेलायचं..पुढे पुढे करायचं...बरं, जर पुढे पुढे करायचं तर ते तरी पूर्णपणे करावं? तर तेही नाही. नटी होणं सोपं नाही. मोल द्यावं लागतं. ते द्यायची तयारी नाही ..मग ? बसली दुय्यम भूमिका करत...

आपण दिलं मोल. हा घराचा, श्रीमंतीचा डोलारा सांभाळायचा म्हणजे काही ना काही करावं लागतच ना...स्टेटस जपायला हवा. इन एनी केस....

आरटीओ तशी एक मस्त जागा आहे... लायसन्स हवंच. त्याशिवाय दोन आणि चार चाकं रस्त्यावर पळवू शकत नाही माणूस.. आणि..

पैसे कसे गोळा करता येतात... सकाळी घरातून निघताना रिकामी असलेली पर्स घरी परतताना कशी भरू शकते, हे शिकले. तीन मुलं, एक सासू, एक अपंग नवरा..आणि मी स्वतः म्हणजे माझं घर. हे असं घर, हा असा संसार हवा होता मला? अशी स्वप्न बघितली होती का मी? मी विसरले होते, मला स्वप्न बघण्याचा काहीही अधिकार नाही.

अजयला हे आवडत नव्हतं. तो चिडायचा. मी वाममार्ग निवडला म्हणून संतापायचा..पण मी त्याला भीक नाही घातली. मला भरलेल्या पर्सचं महत्त्व समजत होतं. मुलांना उत्तम शिक्षण द्यायचं होतं, त्यांची शाळा, पुस्तकं, कपडे आणि त्यांच्या मागण्या...

आणि माझं काय? मला अप टू डेट राहायला नको? रंग काळा असला म्हणून काय झालं, मी चांगले कपडे घालायचेच नाहीत? मी नटायचं नाही? मी तशी राहत होते म्हणूनच अजय जवळ आला ना?

आला जवळ. आणि मलाही त्याची जवळीक हवी होतीच ना?

किती तरी वर्षांनी घर शू-शी च्या दुर्गंधीतून मुक्त झालं होतं. ती आतली खोली मी किती वेळा धुवून पुसून काढली. छान रंग दिला. ती लोखंडी कॉट देऊन टाकली. गादी, चादरी, उशी फेकून दिलं सगळं. ड्रेसिंग टेबल सजवलं. अत्तर, परफ्यूमच्या बाटल्या सजल्या. झिरझिरीत पडदे लावले आणि माझी खोली मला आयुष्यात प्रथमच मिळाली. ही माझी खोली..एकटीची..! किती साधी अपेक्षा होती..माझी खोली! ती पूर्ण व्हायला वयाची अठ्ठेचाळीस वर्षं लागावीत?

"ये ना अजय.. ही बघ माझी खोली...आवडली?"

"अर्थात आवडली."

"बस ना"

"तूही बस. आज किती वेगळी, आणि सुंदर दिसत्येस.."

"स्वतंत्र होणं म्हणजे काय.. हे अनुभवते आहे. मी हा छोटासा टेप रेकॉर्डर घेतला आहे."

"छान ! एखादं गाणं लाव.."

"लावते... आणि हा हँगिंग लॅम्प बघितलास? डीम लाईट..."

"आणि तू..अशी जवळ.."

किती वेळ गेला? नाही माहीत...कुठली धुंदी होती? नाही माहीत..कुठे होते घरातले सगळे? नाही माहीत...

नजर धुंद...सहज वर गेली ...आणि...

कुणी तरी लपवावं मला..मी नाहीशी व्हावी...मी ...मी...

अक्षय....!!!

अजून एक पोर दुरावलं माझं माझ्यापासून.. माझीच चूक. मीच दोषी. त्याच्या मनावर झालेले परिणाम..आधी त्याच्या वडिलांमुळे आणि मग माझ्यामुळे. पण एक गंमत आहे अजून.. आपला बाप काय होता हे अखंड बघत आलेला अक्षय बापाला क्षमा करू शकला; पण आईला क्षमा नाही करू शकला. शेवटी तोही एक पुरुषच, हे मी विसरले होते.

अक्षयला सांभाळण्याच्या प्रयत्नांत मी अजयला दुखावत होते. त्याचा घटस्फोट झाला होता, त्याला जबाबदार मी होते. तो त्याचं घर सोडून आला होता. एका जिन्याखालच्या खोलीत स्वतःच्या हातांनी कच्चं-अर्धं शिजलेलं अन्न जेवत होता. तो फक्त माझ्यासाठी होता. आणि मी? मी जपत होते सर्वांना. भांडणं वाढू लागली. दुरावा येऊ लागला. मला तो हवा होता.

भांडणांना वेळीच आवर घालायला हवा होता. मी तो घातला. आता मला खरंखुरं लायसन्स हवं होतं. अजयशी लग्न करायचं होतं. खूप झालं एकटीनं राहणं. आणि अजयला सुद्धा लग्न हवं होतं. बाईला लायसन्स हवं. विजू मरण पावला तरी मी माझ्या गळ्यातलं लायसन्स काढलं नाही आणि कपाळावरचं लायसन्स पुसून टाकलं नाही. हे लायसन्स सुरक्षा करतं. बुभुक्षित नजरा ह्या लायसन्स पाशीच अडकतात.

आम्ही लग्न केलं. अट एकच होती. कोणतीही नाती नकोत. मुलं, नकोत, सगे नकोत. कुणाचेच नकोत. मी हो म्हटलं.

शमी मोठी झाली होती. ती तिचं शक्षण स्वतः करत होती नोकरी करून. तिला अजूनही मी म्हणजे कुणी कजाग बाई वाटत होते. अजयचं घरी येणं तिला मान्य नव्हतं. का? उत्तर नाही त्याला. तो घरात आला कि ती सरळ घराबाहेर

निघून जात असे. असं काय वाईट केलं होतं त्याने? आणि मी सुद्धा? चांगलं शिक्षण दिलं ना... इंग्लिश शाळेत जाणारी ती एकमेव. परवडत नव्हतं म्हणून अक्षयला मराठी शाळेत घातलं. आणि रोहिणी ...तिला तर नंदाने आपल्या घरी ठेवून घेतलं. तिला मुल नव्हतं ना... अक्षय नेव्हीत गेला होता.. रहाता राहिली शमी..तर ती कमवती होती. आणि एक गोष्ट अगदी आश्चर्यकारक होती तिची..तिचा अजयवर कमालीचा रोष होता पण तिचं रोहिणीवर कमालीचं प्रेम होतं. फक्त रोहिणी नाही तर अक्षयवर सुद्धा... हे तिचं गणित मला कधी समजलं नाही.

आणि त्या दिवशी..तिने तिची मर्यादा सोडली.

अजय होता घरात. तो नेहमीच यायचा..पण त्या दिवशी काय झालं होतं तिला कुणास ठाऊक..

अजयला सरळ घरातून निघून जा तुम्ही असं म्हणाली. आणि माझा तोल गेला. ज्या माणसाने पैशांपासून ते अगदी तिच्या दारुड्या बापाची सेवा करण्यापर्यंत सर्व गोष्टी केल्या, त्या माणसाला ती चालता हो म्हणत होती. हे घर माझं आहे आणि इथे कोणी यायचं कोणी नाही हे मी ठरवणार असं हि वर म्हणाली...एवढा अपमान...होणाऱ्या बापाचा इतका मोठा अपमान? मी नाही सहन करू शकले. आणि तिला स्पष्ट सांगितलं, कि तू बावीस वर्षाची होण्या अगोदर कुणाशीही लग्न कर आणि घरातून चालती हो. नसेल लग्न करायचं तर घर सोडून दुसरीकडे जाऊन राहा. हे घर माझं आहे. मी खस्ता काढल्या आहेत हे घर उभं राहावं म्हणून. मी किंमत मोजली आहे..मानसिक, शारीरिक, आर्थिक...ह्या घरातून जर कोणी जाणार असेल तर तू जायचंस....

सासूबाई दचकल्या होत्या..आश्चर्यचकित झाल्या होत्या...त्यांना कदाचित प्रश्न पडला असेल कि हे घर खरच मुसूचं आहे का? दारावर माझ्या नावाची पाटी आहे आणि इथे ह्या दोघी मायलेकी घर कुणाचं म्हणून वाद घालत आहेत....! होय, वाटलं असेल त्यांना तसं. पण माझा नाईलाज होता. शमीचं वागणं मला गेले कित्येक महिने सहन होत नव्हतं. काय चुकले होते मी? मला माझ्या जीवनात माझं म्हणून एक माणूस हवं होतं .. ही चूक? मग नकोच ती समोर. अथवा मी नको समोर. जावं सरळ निघून. लग्न करून. जाताना आपल्याबरोबर रोहिणी तर येईलच आणि सासूबाईंनासुद्धा घेऊन जाऊ.

पण माणूस एक विचार करतो आणि घडतं दुसरच काही. शमीनं लग्न जमवलं स्वतःचं. जिथे नोकरी करत होती तिथलाच एक कुणी गाठला तिनं. परजातीतला.. असेना का कुणीही..तिचं लग्न जमलं आणि माझ्या डोक्यावरचा भार उतरला. आता मी लग्न करायला मोकळी होते. माझा संसार करायला मोकळी होते.

मी घेणार होते ना काळजी सासूबाईंची? अजयतसुद्धा तयार होता त्यांची जबाबदारी घेण्यासाठी...मग त्यांनी यावं ना माझ्याबरोबर.. अजयच्या आणि माझ्या घरी...पण नाही....ते घर सोडून जायचं या विचारांनीच त्यांना धडकी भरली आणि त्यांनी अंथरूण धरलं....पुन्हा सेवा ...पुन्हा माझं अडकणं. आणि अजय? तो तर अधीर झाला होता. सतत एकच.. कधी येणार तू? आपलं वय वाढत चाललं आहे. म्हातारपणी काय संसार करणार? आत्ताच चल....त्याची अधीरता मला सुखावत होती...अशी अधीरता असेल तर ती कुणालाही सुखावेल...नाही का?

आणि मी निर्णय घेतला. लग्न करायचं. साधं..रजिस्टर..साक्षीदार कोण? साक्षीदार म्हणून सह्या केल्या...शमी, शमीचा नवरा आफताब आणि सासूबाई यांनी..आणि नंदा होतीच ..आणि लग्न झालं.

मी माझ्या घरी गेले. रोहिणी नाही आली. सासूबाईंचा तर प्रश्नच नव्हता. अजयनं मुंबई सोडायचं ठरवलं. त्याला कुणीच ओळखीचं नको होतं आजूबाजूला...अगदी परक्या ठिकाणी.. परक्या शहरात आम्ही गेलो...

मी आनंदात होते..माझी मी होते..माझ्या संसारात होते...पण बाकीच्यांशी सबंध मात्र कायमचे दुरावले. अजयला कसली भीती वाटत होती? मी त्याला सोडून जाईन अशी? कशासाठी? मी तर स्वतः आले होते ना त्याच्याबरोबर ? मग? पण नाही. त्यानं कुणाशीच नातं ठेवायचं नाही, असा अट्टाहास ठेवला; इतकंच नाही, तर आठवणही राहू नये म्हणून सगळे फोटो फाडून जाळून टाकले. माझ्या मुलांचं बालपण, माझं तारुण्य सर्व जाळून गेलं. आणि त्या परक्या ठिकाणी मला त्याचं म्हणणं ऐकण्याशिवाय दुसरा पर्याय नव्हता.

आज जर मी हे तुम्हा सर्वांना सांगितलं की खरंच मला तुम्ही सगळे जण हवे होतात...तर विश्वास बसेल का तुमचा? अक्षय तुझा? रोहिणी तुझा? शमी..तुझा तरी?

नाही, एक वेळ ती दोघं ठेवतील विश्वास; पण शमी? कदापि नाही...

प्रत्येक आई-मुलीचं नातं फार सुरेख असतं, असं अजिबात नाही. पण हे नातं सुरेख व्हावं यासाठी मी पुन्हा प्रयत्न करू लागले आहे आता. आले आहे परतून. पुन्हा सर्व पहिल्यासारखं करण्यासाठी. आणि आत्ता येऊ शकले कारण....

कारण पुन्हा एकदा माझं लायसन्स तुटलं आहे...गळा रिकामा झाला आहे..कपाळ उजाड माळरानासारखं झालं आहे. आणि आता मी नाही घालत मंगळसूत्र पण भकास उजाड कपाळ मला नाही बघवत माझं. वय उताराला लागलं आहे; परंतु अजूनही आरशात स्वतःला बघताना मला मी तशीच सुरेख दिसायला हवी असते. दिसणार आहे का सुरेख? कशी काय? एक डोळा फुटलेली बाई...सुरेख दिसू शकते?

अति काळजी,प्रेम करणारीच व्यक्ती एखाद्या क्षणी निष्काळजी व्यक्ती होऊन जाते. अजयनं तेच केलं. माझं डोकं दुखतंय..माझ्या डोळ्यातून घळाघळा पाणी वाहतंय...आणि ..

कुणी आले होते पाहुणे त्या खेडेगावात.. आणि त्यांनी मला गाडीत घातलं आणि हॉस्पिटल गाठलं..

खूप उशीर झाला होता. डोळा कायमचा गेला होता. भकास झाले होते मी. मी आजही भकास आहे.

मला असं भकास आयुष्य जगायची इच्छा नाही..सवय नाही.. मला आपली माणसं हवी आहेत. सासूबाईंसारखं हवं आहे मरण....शमीनं त्यांची शेवटपर्यंत काळजी घेतली...आता मला माझ्यासाठी कुणी हवं, काळजी घेणारं.

आता गळ्यात लायसन्स असलं काय नसलं काय ... कुणी विचारत नाही.. कुणी मागे वळून बघत नाही.. नको कुणी बघायला....

आता शमीनं बघावं..अक्षय तू बघावंस.... नाही? निदान रोहिणी..तू तरी?....

झालंय लिहून... पण मुसू हे सर्व यांना वाचायला देण्याची हिम्मत आहे का तुझ्यामध्ये? देणार आहेस का तू? पहाट होत आहे...स्वच्छ पहाट, कुठेही ढगाचा काळा ठिपका नसलेली पहाट.....

नकोच डाग लागायला.... हे माझं, माझ्यासाठी फक्त...

एकच झालं... मोकळं वाटलं.....

मी माझी माझ्यापाशी स्पष्ट झाले...डागरहित........

मुसू प्रचंड थकली होती. स्वतःच्या आयुष्यातून फिरून येणं हे सोपं नाही. आणि त्याहीपेक्षा कठीण असतं ते त्या प्रसंगांना मान्य करणं. स्वतःला दोषी ठरवणं. पण मुसू तसं करू शकली नाही. स्वतःला दोषी ठरवताना ती कशी निर्दोष आहे हे सातत्यानं सांगत राहण्यातच तिचा थकवा वाढत राहिला. आणि इतकं लिहूनही खूप काही अलिखित राहिलं...

पहाटेचा गारवा जाणवू लागला होता. तिची नजर पेंगुळू लागली होती. डोळे लालसर झाले होते. क्षिप्राला जाग आली तर तिला मुसू कपाळावर हात ठेवून बसलेली दिसली.

"मुसू, बरं नाही का गं?"

मुसू दचकली. काय उत्तर द्यावं तिला कळेना. आणि त्याहीपेक्षा समोर पसरलेले कागद कसे लपवायचे, हे तिला कळेना. तिनं सहज वाटावं अशा तऱ्हेनं तिची चादर त्या कागदांवर पसरली. कागद झाकले गेले. जणू तिचं आयुष्य, तिचा भूतकाळ झाकला गेला.

"काही नाही गं. डोकं जरा दुखतंय. काल उशीर झाला ना आपल्याला यायला. आणि धड जेवलो नाही आपण. मला जेवलं नाही की त्रास होतो ॲसिडिटीचा."

"मग बोलली का नाहीस काल? थांब, थंडगार दूध मागवते. ते घे आणि पडून राहा. तसंही आज कुठे जायचं नाही आहे आपल्याला. मी फक्त वाड्यावर जाऊन येणार आहे. तुम्ही आराम करा."

मुसू 'ठीक आहे' म्हणून पडून राहिली. चादरीच्या आत तिने कागद गोळा केले, ते नीट घडी घालून उशीखाली सरकवले आणि मग मात्र खरंच तिला झोप लागली. अगदी शांत. गेल्या अनेक महिन्यांत शांत झोप लागली नव्हती...इतकी शांत...

"क्षिप्रा, भद्रा येतोय बघ."

"इतक्या सकाळी?"

"दार उघड त्याला.."

"भद्रा, इतक्या सकाळी कसा काय रे? अप्पा ठीक आहेत ना?"

"क्षिप्रा, वाड्याला कुलूप लागून सोडलंय."

"काय?"

"हौदू."

"अरे पण कुलूप कोण लावणार? आणि कुलूप होतंच ना?"

"छोट्या दाराला लागून सोडलंय गं."

"तुला कुणी सांगितलं?"

"मी जाऊन सोडलो गं प्रत्यक्ष.. दुकानात जात होतो तेव्हा दिसून सोडलं की गं"

"म्हणजे हे कुलूप रातोरात लागलं तर.. काल तुझ्याकडे येण्याआधी मी साखरदांड्यांना फोन करत होते, पण त्यांनी माझा फोन नाही घेतला. मग मी तुझ्याकडे आले. ते माझा फोन गेले चार दिवस घेत नव्हतेच. मला याचं कारण कळायला हवं. भद्रा, तुझ्याकडे त्यांचा पत्ता आहे ना?"

"क्षिप्रा, पण ते देवगावमध्ये राहून सोडतात गं.."

"कुठेही राहत असू देत; मी जाईन. मला गेलंच पाहिजे. काय कारण आहे? आम्ही काय त्यांची जमीन लुटणार आहोत? त्यांना आधीच सांगितलं होतं की फक्त तुळशी वृंदावन बांधायचं आहे. पूजा करू आणि निघून जाऊ. हवं तर लिहून देतो आम्ही तसं."

''कोण विश्वास ठेवून सोडणार तुझ्यावर क्षिप्रा. तुम्ही सगळ्या मालकीण ना त्या वाड्याच्या? आता इतकी मोठी जमीन कोण सोडतंय गं? बोल की?''

''क्षिप्रा, भद्रा म्हणतो आहे ते खरं आहे. साखरदांड्यांना भीती वाटणं स्वाभाविक आहे. अगं, आजच्या काळात जमीनजुमल्याबाबत कोण विश्वास ठेवणार?''

''पण आवू, आपल्याकडे काही कागदपत्रं तरी आहेत का? कसं सिद्ध करणार आहोत आपण की आपणच जहागिरदार आहोत.. देवाजी जहागिरदारांच्या मुली?''

''तुझं सगळं खरं... आपण सिद्ध नाही करू शकत की आपण नाडगौडा आहोत म्हणून.. मग तो बिल्डर का ऐकेल? कोण तुम्ही? इथे का आलात? असे जर प्रश्न विचारून लागला तर उत्तर नाही आपल्याकडे.''

''मग? हार मानू? सोडून देऊ नाद? अंबईसाठी इतकंही नाही करता येणार मला?''

''मनाने कर. पोचेल तिच्यापर्यंत. ती गेली कधीचीच.. आलीसुद्धा असेल पुन्हा नवीन जन्म घेऊन.. मजेत असेल या जन्मात... आणि तू कशाला जुनं घेऊन बसली आहेस?''

''असेलही. पण मला नाही पटत. मला, माझं मन जे सांगत. जाऊ दे ना ..... मला नाही कुणाला काही समजवत बसायचं. भद्रा, तुझ्याकडे साखरदांड्यांचं व्हिजिटिंग कार्ड आहे ना..त्यावर पत्ता असेलच. मला तो हवा.''

''ये बये दुकानात. देऊन सोडतो तुला.''

क्षिप्रा आता अस्वस्थ झाली. तिला नक्की काय काय करायचं हे ठरवायचं होतं. आपल्याबरोबर कुणीही येणार नाही, हे तिला माहीत होतं. आणि तिलाही कुणी नकोच होतं यायला. तुळशी वृंदावन हवं ही इच्छा तिची होती. तिला जणू अंबईनं सांगितलेली. आणि म्हणून ती इच्छा पूर्ण व्हायलाच हवी होती. ती तिरीमिरीनं उठली. भराभरा आवरायला घेतलं. आणि तिनं सरळ वाट धरली भद्राच्या दुकानाची.

कार्ड हातात पडलं तशी ती तडक एस.टी.स्टँडवर गेली. बसचं तिकीट काढून ती हॉटेलवर गेली.

''मी जात आहे देवगावला. हे माझं तिकीट. येईन लवकर. तोपर्यंत तुम्ही इथेच हिंडा, फिरा अथवा जे हवं ते करा. मी फोन करेनच. बघू काय होतं.''

''तू ऐकायची नाहीस.''

''हो, नाही ऐकणार. मला नकाराचं कारण कळायला हवं. मी त्यांना लेखी द्यायला तयार आहे की 'आपल्या सर्वांना तो वाडा पाडून तयार होणाऱ्या बिल्डिंगमध्ये काहीही स्वारस्य नाही. एक छदाम नको आहे. मग, तरी नकार

का?' इतकंच. जर नकाराचं कारण वाजवी असेल तर मी येईन माघार घेऊन. अंदाची माफी मागेन आणि निघून जाईन मुंबईला. तुम्हा सर्वांची पण माफी मागेन. पुन्हा असं काही करणार नाही. पण हे सर्व नंतर. जाऊन आल्यावर.''

''आमच्यापैकी कुणी...''

''नको. तुम्हाला दगदग नाही सहन होणार. आणि मुसूला बरं नाही आहे. झोपू दे तिला. येते मी.''

क्षिप्रा बाहेर पडली. आता तिला दुसरं काही सुचत नव्हतं. एकच ध्यास....

''काय ध्यास घेतला आहे पोरीनं. वय काय तिचं.. तीसुद्धा म्हातारीच आहे.... पण...''

''करत्ये तर करून दे''

''करू दे की, नाही कोण म्हणतंय? तरीही काळजी वाटतेच ना...वय लहान असो मोठं असो, काळजी असतेच. लहान होती तेव्हा तिच्या सौंदर्याची भीती वाटायची. चिंध्या झालेले कपडे त्या उफाड्या अंगाला सर्व बाजूंनी अजूनच उठाव आणायचे. उंबरठ्यापर्यंत जाण्याचीसुद्धा भीती ...उंबरठ्याबाहेरच्या नजरा... नकोच. बापाला कसली काळजी नाही. तो मस्त त्याच्या संसारात...आपल्या आवाक्याबाहेरच्या स्वप्नांत. घरदार, समाज, कशाचीही पर्वा न करता निश्चिंत मनाने जगत होता तो. आणि निसर्ग त्याचं काम करत होता. काळजी होतीच ना... त्यातून तिचं नाटकात काम करणं. सोवळ्या समाजात नाटकात काम करणाऱ्या मुली म्हणजे...विचारायलाच नको. हौस होती का? नाही.. गरज होती..पंधरा रुपये..बापरे..! अग्निदिव्य होतं तिचं.. वयाने वडील असणाऱ्या नजरा, त्या नजरा म्हणजे कामुकतेचा साठा...तो झेलायचा.. पंधरा रुपयांसाठी...बहिणींच्या आणि स्वतःच्या पोटात चार घास जावेत म्हणून...नंदा, तू तिचा आयुष्यभर दुस्वास केलास..पण ती तरी काय करणार होती? गरज आवड बनू शकत नाही? कुणी स्वप्नं दाखवली तर तहानलेलं मन त्या स्वप्नांवर तरंगणार नाही? तू तर खूप लवकर गेलीस लग्न होऊन. मीसुद्धा. मागे राहिल्या या चौघी. नाईजाचं लग्न तर कारीच्या लग्नाआधी झालं. वाटलं होतं कारीला कुणी चांगला, तिला शोभेल असा भेटेल; पण कारीनं लग्नच केलं नाही. राहता राहिल्या दोघी..क्षिप्रा आणि मुसू...

नाईजा त्यातल्या त्यात तू नशीबवान. गरिबी गेली नाही; पण मनःशांती मिळाली. चांगलं झालं. आनंद झाला बघ...अन्नान्न दशा नाही झाली.

तुम्हाला आठवतं? आपल्या घरी म्हणजे वाड्यावर एक बटू यायचा

वारान्नाला..नंदाला काय लहर आली..म्हणाली, जेवण झालं की प्रत्येकानं आपापलं ताट धुवायचं. आणि जो कुणी सर्वांत शेवटी उठेल जेवून, त्यानं ही जमीन शेणानं सारवायची....

आपण सगळ्या जणी गपागप जेवू लागलो... शेणात कोण हात घालणार? बटू घाबरला..तो जेवण अर्ध्यात सोडून उठला आणि त्यानं धूम ठोकली.

बटूनं शाप दिला असेल नाही मनातल्या मनात? म्हणूनच तर पुढे आपण अन्नासाठी दारोदार भटकत राहिलो. वारान्नावरसुद्धा कुणी बोलावलं नाही आपल्याला.

''आवू, कशाला त्रास करून घेते आहेस..? जुन्या झाल्या त्या गोष्टी..मी सर्व विसरले आहे. तूही विसर.''

''येते आठवण कधी कधी नाईजा.. एकांत असला की जरा जास्तच. किंवा माणसांत असताना जास्त... शरीर म्हातारं झालं आहे; पण मन... ते होतं सैरभैर...''

''आवू तुला माहित्येय ते नाटक.. कारीनं लिहिलेलं. आठवतंय?''

''ते कसं विसरेन? ही मुसू . एक महामाया.. हट्ट धरून बसली होती ना! तिला शर्मिष्ठा व्हायचं होतं. का? तर तिला दागिने होते, ती राजकुमारी होती आणि देवयानीला दागिने नव्हते. वेडाबाई.. दागिने तरी कसले? रंगीत कागदाचे. होय ना?''

''चमकणाऱ्या कागदाचे होते ते. खरे दागिने बघून जमाना लोटला होता आणि भविष्यात कधी खरे दागिने मिळतील, अशी आशा नव्हती.''

''बरी जागी झालीस?''

''हं, तुझ्या बोलण्यानं जाग आली. म्हणून ऐकत होते.''

''रडून रडून घर डोक्यावर घेतलं होतंस. शेवटी दिले क्षिप्रानं तुला दागिने..आणि मी होते गुरू शुक्राचार्य..चुलीतली राख अंगाला फासून, केसांचा अंबाडा डोक्यावर बांधून, हातात कमंडलू नव्हता..तो कुठून मिळणार? म्हणून तांब्या घेऊन एन्ट्री घेतली...काय पण सोंग..''

''अभिमान वाटत होता नाटक सादर करताना. कारीनं लिहिलेलं नाटक आणि दिग्दर्शनही तिचंच.''

''सगळ्या कला गेल्या वाहून आणि सगळी ताकद लावावी लागली जगण्यासाठी..''

''कारी, ठीकच आहे..आहोत ना अजून एकत्र? जसे आहोत आनंदात आहोत. गरिबीनं आपल्याला एकत्र राहायला शिकवलं, जे आहे ते सगळ्यांमध्ये वाटून घ्यायचं असतं, हे शिकवलं. नको उदास होऊस. शिक्षिका झालीस मोठी.. मुख्याध्यापक होऊन रिटायर झालीस. खूप नाव कमवलंस. अभिमान आहे आम्हाला तुझा.''

''उठा आता. आवरा. बाहेर फिरून येऊ जरा..''

"जाऊ गं...उशिरानं जाऊ. कुठे उन्हात जायचं? छान गप्पा होत आहेत. एकदा इथून निघू, मग पुन्हा कधी भेटू?....काही सांगता येत नाही. कोण जिवंत असेल, कोण नसेल... प्रेतालाच भेटायचं मग.."

"प्रेत? बापरे! भेटले होते मी एकदा प्रेताला. आपली आज्जी होती तेव्हाची आठवण आहे माझी. एकदा शाळेतून घरी जात होते तर वाटेत प्रेत दिसलं. मी घाबरले. आज्जी म्हणाली, 'घाबरलीस का गं तू? इथून माणूस सरळ देवाकडे जाऊन राहतो. आपण पण चार पावलं चालून सोडावं त्याच्याबरोबर..' काही दिवसांनी पुन्हा प्रेत दिसलं. नाही घाबरले. चार पावलं नाही चालले तर थेट स्मशानापर्यंत गेले. प्रेत जाळतात हे तेव्हा समजलं. माणसं गेली निघून आणि मी तिथेच..अगदी हरवून गेलेली. कसली शुद्ध नव्हती. ज्वाळा दिसत होत्या फक्त. केव्हा तरी भानावर आले तर कळलं, मी स्मशानात आहे. आणि मग घर मिळेना...कुणी तरी मला घरी आणून सोडलं आणि आज्जीनं कपाळावर हात मारून घेतला. डोकंच तिरपागडं ...हसा हसा .. आत्ता हसताय पण तेव्हा? तुम्ही पण घाबरला होतात..."

"किती आठवणी आहेत नाही? नंदा, काय झालं?"

"स्मशानावरून आठवलं. अंबई गेली वाड्याच्या तुळशी वृंदावनापाशी. अण्णाजी तिला घेऊन घरी आले. तिला अग्नी द्यायचा होता. गावात जेवढे ओळखीचे होते, त्यांना ही बातमी सांगायला हवी होती. देवाजी मला म्हणाले होते, 'हे पैसे घे, सायकल घे भाड्यानं आणि गावात सर्वांना सांगून ये, की या दर्शनाला.' मी निघाले. सायकल घेतली आणि आता सायकलीवरून फिरायला मिळणार याच आनंदात होते. आई मेल्याचं दुःख विसरून गेले. फिरत राहिले आणि बाहेरूनच ओरडत गेले, 'अंबई गेली हो ... दर्शनाला या घरी.' प्रसंगाचं गांभीर्य कळत नव्हतं गं तेव्हा."

"नको आता वाईट वाटून घेऊस. तुझ्याकडे अंबईच्या काही आठवणी तरी आहेत. माझ्यापाशी मात्र त्याही नाहीत."

"कशा असतील? आणि अंबईला उसंत कुठे होती? आठवणी निर्माण व्हायला सहवास नको का लाभायला? बारा वर्षांचा संसार तिचा. त्या बारा वर्षांत दहा बाळंतपणं, शरीराची चाळण..आणि त्यातच तिचं वेड. आणि मग मृत्यू...वाड्यातल्या तुळशी वृन्दावनापाशी..."

"तिला मुक्ती मिळावी असं वाटतंय ना क्षिप्राला? मुक्ती.... शंभर वर्षांनी..."

"पुरे. जाऊ बाहेर..बाहेरच खाऊ..निघा निघा"

एसटी धावत होती आणि एक एक गाव मागे पडत होतं. आजही काही भाग तसा विकसित झालेला दिसत नव्हता. कच्चे रस्ते... विटांची छोटी छोटी घरं. काही घरं मातीची तर काही पत्र्याची. एस.टी. आली म्हणून धावत येणारी मुलं. हातात एक कळकट परडी अथवा ट्रे, प्लॅस्टिकचा. त्यात कसल्या कसल्या गोळ्या, बिस्किट्स, पाण्याच्या बाटल्या. आणि एक पोरगा, उसाच्या रसाचे जाड काचेचे ग्लास निळ्या, हिरव्या रंगाने रंगवलेल्या लोखंडी सळ्यांच्या जाळीत घेऊन विकायला आलेला. काळपट रस. रसापेक्षा बर्फच जास्त. सर्व काही तसंच आहे अजून... पूर्वीसारखं... गावं तशीच आणि हे एस.टी. स्टँडही तसेच.

क्षिप्रा पाय मोकळे करायला म्हणून खाली उतरली. वयोमानाप्रमाणे आता एका जागी जास्त वेळ एकाच अवस्थेत नाही बसता येत. पाय आखडतात. पाठ दुखते.

समोरच एक वडाचं झाड होतं- असंख्य पारंब्या असलेलं. खूपच जुना वड असणार हा. क्षिप्रा त्या वडाच्या जवळ गेली. तिनं खोडावरून हात फिरवला. खडबडीत होता तो स्पर्श. अनेक पांढरे धागे गुंडाळले गेले होते वडाला. 'किती वटपौर्णिमा पाहिल्या असतील या वडानं' असा प्रश्न उगीचच तिच्या मनात आला.

ज्यांनी ज्यांनी हा वड पूजला त्या त्या बायकांना खरंच का तोच नवरा सात जन्म हवा होता? ती पूजा खरी होती का? त्यात प्रेमभाव किती आणि रूढी म्हणून केलेली पूजा किती? हा वड सौभाग्यवतीच्या सौभाग्याचं खरंच रक्षण करतो का? आणि मनापासून वड पूजूनही ज्या विधवा होतात त्यांचं काय? आणि नवरा असूनही ज्या बायकांचं आयुष्य पराधीन होतं त्यांचं काय? नवरा जिवंत म्हणजे सौभाग्य? तो जर असून नसल्यासारखा असेल तरी बाई साध्वी? तिने एकटीने जगायचं कसं... मुलांना कसं मोठं करायचं...अशी बाई पण विधवाच. धारीकाकूसारखी. कुठे चुकली ती? का तिला नवरा असतानाही असं एका झाडाखाली गावाबाहेर तान्हुल्याला घेऊन आयुष्य काढावं लागलं?

सौभाग्य म्हणजे फक्त मंगळसूत्र आणि कपाळावर हळद-कुंकू नव्हे. सौभाग्य म्हणजे सुरक्षितता, आर्थिक, शारीरिक, मानसिक आणि सामाजिक. वडा..तुझी पूजा मनःपूर्वक करणाऱ्या सौभाग्यवती स्त्रियांना तू हे अशा तऱ्हेचं सौभाग्य दे. श्वास घेणारा नवरा..म्हणजे सौभाग्य नव्हे. भाग्य नाही त्यात.. अभाग्य आहे. म्हणूनच वडाच्या वृक्षा मी नाही केली कधी तुझी पूजा..मला नाही मिळालं सौभाग्याचं लेणं. आणि माझ्या मुली? त्यांना वडील नाही मिळाले. आम्ही तिघी एका घरात आणि त्यांचे वडील दुसऱ्याच घरात. शनिवार-रविवार मुलींना पाठवायचं वडिलांकडे. मुली आल्या आहेत म्हणून मग वडील कुठून तरी पैसे आणणार आणि त्यांना खाऊ घालणार. जनक मग शनिवारची वाट बघत जगणार..पण

आपण एकत्र राहावं, आपण मेहनत घेऊ, कष्ट करू, दारू सोडू..असं काही नाही करणार..हे सौभाग्य का? मुलींना मैत्रिणी नाहीत..एकलकोंडं बालपण गेलं त्यांचं....प्रेम होतं ना त्याचं त्याच्या मुलींवर? मग का नाही त्यानं स्वतःला बदललं? एकदा घोडागाडीतून फिरवलं, सिनेमाला नेलं..एकदाच..की संपलं कर्तव्य? त्यांचा अभ्यास, त्यांची काळजी, त्यांचं आजारपण, त्यांना हवं असलेलं वडिलांचं प्रेम..सहवास..? मरताना दुःख करायचं, मी किती चुकलो हे सांगायचं, मीच माझ्या संसाराची वाट लावली असं आपल्या पंधरा वर्षांच्या मुलीला सांगायचं......मुलगी बापाच्या कुशीत शिरून रडत्येय... शेवटचा तिला मिळालेला हा स्पर्श बापाचा........! नाही, याला नाही म्हणत संसार, याला नाही म्हणत बाप, आणि याला नाही म्हणत सौभाग्य..

क्षिप्रा माघारी गेली. बसमध्ये जाऊन बसली. खाकरत खाकरत बस सुरू झाली. क्षिप्रा हरवली. तिला धारीकाकू दिसू लागली... सुकाण्णाकाकाची धारी ...

सुकाण्णा जहागिरदार. देवाजींचा सख्खा भाऊ. खूप राग करायचा देवाजींचा. का? तर देवाजी दत्तक गेला. श्रीमंत झाला. आणि आपण नाही झालो. आपल्याला दत्तक का नाही दिलं, हा राग. आणि जरा डोकं अतर्क्यच होतं. घराघरातून गोठे होते, गाई-म्हशी होत्या, त्या काळात दुधाची डेअरी काढली. कोण घेणार यांच्याकडचं दूध विकत? सावकाराकडून त्या काळात तीस हज्जार रुपये कर्ज घेतलं. देवाजी जामीन राहिले. डेअरी साफ बुडाली आणि काका परागंदा झाले. पोटी तीन मुलं असलेली धारीकाकू उघड्यावर पडली. मोठ्या काकांनी मोठ्या दोन मुलांची जबाबदारी घेतली. आणि काकूला आणि धाकट्या पोराला घराबाहेर काढलं. तिसऱ्याची सोय इतरांनी कुणी करावी. मी तरी किती जणांचं करणार? माझ्या घरातही खाणारी तोंडं जास्त आहेत. तू जा लेकाला घेऊन तुझ्या. आणि देवाजींनी कानावर हात ठेवले. सावकार तगादा करू लागला. 'ते तीस हजार भरायचे कुठून,' असा प्रश्न...आणि धारीकाकू अक्षरशः रस्त्यावर आली. चार कपडे घेतले, स्वतःचे, पोराचे आणि गाठोडं बांधलन तिनं. गावाबाहेर वेशीच्या जवळ मोठा वड होता. पूजलेला. ती तिथे त्या वडाखाली राहू लागली. उन्हा पावसाची, कडाक्याच्या थंडीत...तशीच. बाळाची भूक स्वस्थ बसू देईना आणि उद्योग-धंदा मिळेना. तरणी, दिसायला सुंदर बाई तिला घरकामाला ठेवायचं म्हणजे मालकिणीला घोर... मग नकोच ती...

आणि धारीकाकूने शेवटी मार्ग निवडला. पांथस्थ...भेटत गेले तिला...चार कवड्या फेकत गेले. पोरगा जगला. आणि उपभोग घेतलेल्यांनी उदरात फेकून दिलेले अंश ती पाडत राहिली. किती वेळा? कशा स्थितीत? बाजारबसवी म्हणून जहागिरदार घराण्याने 'छी थू' केलं आणि ती आमच्या घराण्यातली नाहीच, असं

स्वतःला आणि समाजाला सांगून टाकलं. दोन बछडी आईसाठी आक्रोश करत राहिली आणि कालांतरानं काकूला आई मानू लागली. अंश पाडता पाडता देहाची झालेली चाळण तिनं शेवटची जमिनीवर टाकून दिली. आणि अंश पाडताना झालेली विषबाधा शरीराच्या चाळणीतून पसरत गेली.

वडाला तिची दया आली. आणि त्यानं तिच्या प्रेतावर पारंब्या अंथरल्या. तिचं येणं, तिचं तिथे जगणं, तिचे हुंदके आणि तिची माया, तिचं हतबल असणं..आणि तिचं विस्कटणं ... सर्व सर्व त्या वडानं बघितलं होतं....

गावात समजलं, ती गेली..आणि तिच्या प्रेताजवळ तो तिचा धाकटा रडत बसला आहे... सगळे जमले तिथं आणि त्या विषारी प्रेताला भडाग्नी देऊन परतले...

धाकटा घरी आला, आपल्या दोन मोठ्या भावंडांसोबत....मग त्याला आधीच का नाही ठेवून घेतलं? आणि तिलाही? असं किती खाल्लं असतं दोघांनी? मोठ्या काकाला स्वतःवर विश्वास नव्हता का? काकूचं सौंदर्य त्याला अविवेकी बनवेल अशी भीती होती का? अख्खं आयुष्य या त्यांच्या भीतीपोटी वाहवत गेलं, बेचिराख झालं...

तो झाला मोठा. शिकला खूप...स्वतःच.. शालेय शिक्षणापेक्षा जास्त शिकलेला तो...कलेक्टर झाला...मोठा साहेब झाला....

आपला व्याही झाला. बनीचा सासरा झाला...

पण शेवटपर्यंत तो कधीही वडाच्या झाडापाशी गेला नाही... बायकोला वडाची पूजा त्यानं करू दिली नाही आणि बनीलाही नाही....

पूजा न करताही त्याची बायको सौभाग्यवती राहिली. शेवटपर्यंत...

कुठला वड होता तिच्या मनात? कोणाची पूजा केली तिनं? असा वड प्रत्येकीला का नाही मिळत? एक एक माणूस म्हणजे एक एक अध्याय.....

जितकं शक्य आहे, एक एक अध्याय पूर्ण करायचा. खूप प्रयत्न...

अंबईचा अध्याय पूर्ण करायचा. तुळशी वृंदावन बांधून. तिचा शेवटचा श्वास तिथे होता. तिथे तिनं स्वतःला समर्पित केलं. तिची खूण एकदा तरी पूर्णत्वाला न्यायची... एकदाच...मग जाऊ परतून.. शांत होऊन...शापाची ती मालिका आता इथेच संपली पाहिजे. पुढच्या पिढीसाठी शांतता हवी, आनंद हवा, समाधान हवं. साखरदांडे, तुम्हाला कल्पना नाही..तो वाडा तुम्हाला काहीही देऊ शकणार नाही. उलट तुमच्याकडूनच घेईल ओरबाडून...नका असं करू...नका करू....

बस गचकन थांबली. क्षिप्रा भानावर आली. देवगाव आलं होतं. पोटात भूक उसळत होती. समोरच उडपी दिसला. पोटभर खाऊन होईपर्यंत पुढे काय करायचं

याचा तिनं विचारही केला नाही. दोन ग्लास पाणी रिचवल्यावर ती शांत झाली. काऊंटरवर पैसे देऊन ती बाहेर पडली.

चौकशी करत करत ती पोचली..समोर होती रातराणी बिल्डर्सची भली मोठी पाटी.

''श्री. साखरदांडे आहेत का?''

''तुम्ही कोण?''

''मी क्षिप्रा जहागिरदार''

''बसा''

ऑफिस छान होतं. उत्तम सजवलेलं. मुंबईत असावं तसं. क्षिप्रा बारकाईनं सर्व बघत होती. क्षिप्रा बसली आहे, निरीक्षण करत आहे हे केबिनमधून सी. सी. टीव्ही तून साखरदांडे बघत होते. त्यांना तिच्या येण्याचं कारण माहीत होतं. ही बाई जिद्दी आहे, हे एव्हाना त्यांना समजलं होतं. ती किती वेळा वाड्यावर जाऊन आली याचं रेकोर्ड होतं त्यांच्याकडे. आणि म्हणूनच तिचा फोन ते अटेंड करत नव्हते. पण ही बाई ऑफिसपर्यंत येईल, याची मात्र त्यांना कल्पना नव्हती. आणि आता भेटण्याशिवाय गत्यंतर नाही, हेही त्यांना कळून चुकलं.

''या या क्षिप्राताई''

''ताई?''

''मोठ्या आहात तुम्ही माझ्यापेक्षा.. बोला, इथे कसं काय येणं केलंत?''

''तुम्हाला कल्पना नाही? का आले मी इथे त्याची?''

''हं... आहे. चला, आता स्पष्टच बोलू..तुम्ही वाड्यात तुळशी वृंदावन बांधायचं असं म्हणत आहात..माझ्या मुलानं सांगितलं मला.''

''मग?''

''मला जरा कठीण वाटतंय... नाही जमणार..''

''कारण समजू शकेल?''

''कायद्यानं ते शक्य नाही.''

''कुठला कायदा?''

''अहो, माझ्या हक्काच्या जमिनीवर तुम्ही अनाहूत काही बांधकाम करणार तर ते मी मान्य करेन का?''

''बांधकाम तुम्हीच करा. मी त्याचा खर्च देईन.''

''नाही.. तुम्हाला समजत नाही आहे की...''

''तुमची हक्काची जमीन म्हणता... कागदपत्र दाखवता? कोणी विकली जमीन तुम्हाला.. कोणत्या भावाने... कुठे आहे जमिनीचा मूळ मालक... सांगता?''

''हे बघा..''

"दाखवा ना...आणि खरं सांगू, तर मला त्या जमिनीत, त्या वाड्यात जराही स्वारस्य नाही... आम्हा कुणालाच नाही. पण कायद्याची भाषा तुम्ही करत आहात म्हणून विचारलं.. कुठे आहे मूळ मालक? कोणाला दिलेत तुम्ही त्या जमिनीचे पैसे?"

"क्षिप्राताई, बिल्डर आहे मी. अनेक वर्षं.... आयुष्य गेलं माझं या लायनीत... हातात योग्य कागदपत्रं असल्याशिवाय मी सौदा करत नाही. आणि तुम्ही मला सांगा, मी कसा काय विश्वास ठेवू की तुम्ही जहागिरदार घराण्यातल्या आहात म्हणून? आहेत काही कागदपत्रं? काही पुरावा? असं तर कुणीही येईल आणि सांगेल...आज या वाड्याच्या बाबतीत बोलत आहात, उद्या मी घेतलेल्या दुसऱ्या जमिनीबद्दल येऊन सांगाल... अहो, हल्ली माहिती काढणं खूप सोपं झालं आहे. तुम्ही ते घराणं, ती जमीनसुद्धा तुमचीच होती असं सांगाल.."

"तुम्ही आत्ताच म्हणालात की तुम्ही वयानं माझ्यापेक्षा लहान आहात म्हणून... वर ताई म्हणत आहात मला..! वय, माणूस पारखण्याची जाण देतं. बरोबर आहे, तुम्हाला ती जाण येण्यासाठी अजून निदान...अं .....निदान वीस एक वर्षं तरी लागतील..आणि तोपर्यंत मी जिवंत असेनच असं नाही. म्हणून मी तुम्हाला थोडी जाण आत्ताच देते. तुम्ही आत्तापर्यंत किती घरं बांधलीत, किती इमारती उभ्या केल्यात; मला माहीत नाही. ते रेकॉर्ड मी ठेवलेलं नाही. कारण माझा तिथे काही संबंध नाही. हे तर तुमी मान्य कराल?"

"हो"

"म्हणजेच मी तुमच्या कोणत्याही जमिनीवर आजतागायत हक्क गाजवायला आले नाही आणि अशी कुठली विनंती करायला आले नाही. इतकंच काय; पण मी आमराईत येईपर्यंत साखरदांडे बिल्डर म्हणून कुणी बिल्डर आहे, हेसुद्धा माहीत नव्हतं, हेही तुम्हाला मान्य करायला हरकत नाही. राहता राहिला मुद्दा की, मी जहागिरदार आहे की नाही याचा... तर तुम्हाला जहागिरदार या घराण्याबद्दल कितीशी माहिती आहे?"

"बरीच"

"हे छान.. मग मी तुम्हाला काही प्रसंग, काही वंशावळ सांगते या घराण्याची.. ही जी माहिती आहे ती जहागिरदार घराण्यातल्या व्यक्तींशिवाय अजून कुणाला माहीत असणं शक्य नाही."

"तुम्ही माझा वेळ घेत आहात ताई..विनाकारण"

"घाबरलात? माहिती खरी ठरेल म्हणून? तुम्ही माझाही वेळ वाया घालवत आहात.. परवा तुळशीचं लग्न आहे. पौर्णिमा आहे. त्या दिवशी माझ्या आईला शंभर वर्षं पूर्ण होणार आहेत. त्याआधी ते तुटकंफुटकं तुळशी वृंदावन बांधून

व्हायला हवं. वेळ फार कमी आहे... माझी आई म्हणजे अंदा..तिचा मृत्यू त्या तुळशी वृंदावनापाशी झाला. हे तुम्हाला माहीत आहे? माझ्या वडिलांनी म्हणजे देवाजी वायकोंडा जहागिरदार आमराईकर यांनी घरदार सोडून दिलं, लहान लहान स्वतःच्या मुलींना सोडून निघून गेले. आणि एक दिवस त्यांनी दुसरं लग्न केलं. आम्ही अंबईच्या मुली पोरक्या झालो. देवाजी कायम माईच्या मर्जीत, त्यामुळे आम्ही मुली एकट्या झालो. घर सोडलं, गाव सोडलं, इथे बेळगावमध्ये आलो. आणि जशा मोठ्या झालो, आम्ही आपापले मार्ग धरले...''

''क्षिप्राताई...''

''कणव नको आहे.. आम्ही ताठ आहोत.. आता या उतारवयात एकच इच्छा आहे, अंबईला मुक्त करायचं आहे. मी जहागिरदारच आहे हे सिद्ध करता येण्यासारखे कागदपत्र नाहीत माझ्याकडे.. अथवा कदाचित असतीलही; बघावे लागतील. पण तुम्ही मग असंही म्हणू शकता की ती कागदपत्रं मी मिळवली कुठून तरी; नाही का? तुम्ही इमारती बांधता; पण घर नाही बांधत. घर बांधायला भावनांची कारंजी हवीत. मोगऱ्यासारखं फुलणं हवं, पारिजातक, रातराणीचा सुगंध हवा. रातराणी असं नाव ठेवून रातराणीचा सुगंध येत नाही. मातीचा ओलावा हवा आणि आभाळासारखी विशालता हवी.''

''क्षिप्राताई...''

''असू दे.. वाडा पाडाल तेव्हा, ते बांधलेलं तुळशी वृंदावन पाडाल तेव्हा, तुम्हाला माझी नक्की आठवण येईल. कारण काहीही झालं तरी ते तुळशी वृंदावन बांधलं जाणारच. सापडतील मला कागदपत्रं, तिथेच.. आमराईत.''

''कागदपत्र तिथे नाही सापडणार. माझ्याकडे सापडतील. कसे? सांगतो. खरं तर तुम्हा बहिणींची आठवण अव्याहत होत असते आमच्या घरी...''

''ती कशी काय?''

''तुम्हाला काही दाखवायचं आहे. खरं तर मी ते टाळत होतो. मला माहीत आहे की तुम्ही जहागिरदारच आहात..''

''मग तरीही?''

''कारण आहे त्याला... तुम्हाला थांबायला लागेल. चालेल ना?''

''अर्थात.. तुमच्या नकाराचं कारण जाणून घेण्यासाठीच तर आले आहे.''

'मी आलोच. इथेच मागच्या भागात माझं घर आहे...अं, नाही तर असं करू या.. या तुम्ही माझ्याबरोबर ..माझ्या घरी..''

क्षिप्रा नवलाईनं उठली. असं काय दाखवायचं होतं, तिला समजेना. ऑफिसच्या

मुख्य दारातून ती बाहेर पडली. साखरदांडे तिला ऑफिसच्या मागच्या बाजूला घेऊन गेले. एक छोटासा वळसा आणि समोर साखरदांड्यांच्या बंगल्याचं दार होतं. दाराला सुरेख कमान होती. नाजूक बेल वाजली, तसं दार उघडलं गेलं. दार उघडणारी व्यक्ती परिचयाची वाटत होती...शंका आली..ती शंका खरी ठरली तर? क्षिप्रा चमकली...

"या क्षिप्राताई , आत या..ओळख करून देतो, ही माझी सहचारिणी मिसेस रेखा साखरदांडे."

"रेखा?"

"नमस्कार करते क्षिप्राताई ...ओळखलंस?"

"तू...... ! आता माझ्या लक्षात आलं सगळं."

"बस ना.."

"नको. मी ठीक आहे.. तर खरा विरोध तुझा आहे तर?"

"असणारच ना..."

"कशासाठी? काय मागत होते असं मी?"

"हक्क"

"नाही गं नाही...मला नको आहे काहीसुद्धा.. कुणालाच नको आहे काही.."

"मी कसा विश्वास ठेवणार?"

"वेडी आहेस तू. मागण्यासारखं आहे काय त्या वाड्यात? त्या वाड्याचं वैभव पार धुळीला मिळालं, कित्येक वर्षांपूर्वी..."

"आम्ही तिथे बिल्डिंग बांधणार आहोत.. त्यात काही हक्क सांगालच ना?"

"मी बसते जरा..पाणी आण.

.... काय म्हणालीस? हक्क? कशावर? त्या शापित वाड्यावर? नाही गं..पुन्हा ते शाप भोगण्याची ताकद नाही आमच्या कुणाच्यातच. आणि एक सांगू? ऐकशील? तूही नको बांधूस बिल्डिंग तिथे...नाही टिकायची. टिकली तरी वस्ती नाही व्हायची... वस्ती झाली तरी ती सुखी नाही व्हायची...अनेकांचे तळतळाट आहेत तिथे. त्या जमिनीत गाडले गेले आहेत. मी ते प्रत्यक्ष बघितले आहेत .. तू माझी बहीण.. सावत्र असलीस तरी शेवटी बहीणच.. म्हणून सांगते..."

"आता आला का बहिणीचा पुळका? बहिणीची काळजी आता वाटायला लागली? तेव्हा काय झालं होतं मग?"

"कधी? तू लहान असताना? तू लहान असताना निदान तुझ्या डोक्यावर मायेचं छत्र होतं. तुझ्याजवळ तुझी आई होती, तुझे वडील होते... आमच्याजवळ कुणीच नव्हतं."

"म्हणून तुम्ही आम्हा बहिणींचा दुस्वास केलात.. कधी आम्हाला आपलं

म्हटलं नाहीत. शाळेत जेव्हा मला कुणी त्रास देत होतं, तुम्ही माझ्यासाठी माझ्या बाजूने उभ्या राहिल्या नाहीत. मोठ्या होतात ना तुम्ही? मी सावत्र यात माझी काय चूक होती? आणि माझ्या बहिणींची तरी काय चूक होती? माझ्या आईला बदनाम केलंत. सावत्र आई म्हणून तिची हेटाळणी केलीत...गरीब, रिकामटेकड्या बापाला आमच्या गळ्यात घातलंत... तो बाप जेव्हा माझ्या आईला मारहाण करायचा, तेव्हा तुम्ही आत लपून राहिलात...कसला आनंद घेत होतात? शी! काय केलंत तेव्हा तुम्ही? खूष होतात ना?''

''आनंद? खूष? भीती होती. इतकं भय की आजही आठवण झाली तरी अस्वस्थ व्हायला होतं. रात्री दचकून जाग येते.. आजही... तू नाही अनुभवलंस जास्त काही...चांगलं झालं. नको.. जास्त नाही काही बोलायचं मला..''

''तुला कायदेशीर कागदपत्र बघायचे होते ना? थांब. दाखवते.''

''नाही .. मला काहीच बघायचं नव्हतं. बघायचं होतं ते एकच.. अंबईची मुक्ती.. तुला माहीत नाही कदाचित..अथवा आता माहीत झालं असेल..तुझ्या वडिलांची पहिली बायको- तुझी सावत्र आई- जी अतिशय सुरेख होती, जी फक्त दिसायला सुरेख होती असं नाही, तर ती माणूस म्हणूनही सुरेख होती; ती ती गेली त्या वाड्यात.. मेली..त्या तुळशी वृन्दावनापाशी. आम्ही लहान होतो..नाही बघितलं तिला शेवटचं. परवा शंभर वर्षं होतील तिला जन्मून आणि पंचाहत्तर वर्षं होतील मरून...तिच्या शांतीसाठी करत आहे हा खटाटोप.. नको आहे तो वाडा, ती जमीन, त्या जमिनीचा एक कणही नको आहे...आणि तुलाही सांगते.. नको तूही हट्ट करूस... नाही लाभणार ती जमीन... विश्वास ठेव. आत्ताच म्हणालीस ना की मी, आम्ही तुझी काळजी नाही घेतली म्हणून? आता घेते आहे.. त्या वयात तुझी काळजी घेण्यासाठी बरेच जण असतील, पण आत्ता या तुझ्या वयात तुझी काळजी घेणारी फक्त मी आहे.. जाते मी.......

तरीही जाण्यापूर्वी एक सांगते.. नाही बांधलं तुळशी वृंदावन ...हरकत नाही...तुळस लागणार तिथे परवा रात्री..अगदी तुळशीच्या लग्नाच्या मुहूर्तावर.. आणि दिवा उजळणार तिथे..हे नक्की.. तुम्ही लावलेली सगळी कुलूपं जर तुम्ही नाही उघडलीत तर तोडली जातील, हे नक्की.. मी जहागिरदार आहे..हे विसरू नका...''

''क्षिप्राचा फोन लागतोय का बघा''

''नाही लागत आहे. थोड्या वेळापूर्वी मी लावत होते फोन.''

''आता यायला हवी ती.''

"काय झालंय कुणास ठाऊक!"

"ती क्षिप्रा आहे. कारण शोधून काढल्याशिवाय राहणार नाही."

"भांडण नाही ना करणार?"

"नाही गं आवू...भांडेल कशाला? लहान आहे का ती आता?"

"कारी, तिचा स्वभाव माहीत आहे ना? बंडखोर आहे ती. आणि"

"या वेळची क्षिप्रा वेगळी आहे. शांत झाली आहे."

"पण भावुक झाली आहे. पूर्वीचा तोरा, ताठा नाहीये. भावनेच्या भरात काही ..."

"किती काळजी करतेस विनाकारण. येईल ती. मारामारी नाही करणार आता ती."

"हसत्येस काय?"

"आठवलं काही तरी....शांती आठवली. काय मारलं होतं तिला..."

"कोण गं?"

"तुला नाही माहीत नंदा..आम्ही देवगावला होतो ना..तेव्हाची गोष्ट. तुझं लग्न झालं आणि तू गेलीस मुंबईला. कारीनं आम्हा तिघींना घेतलं आणि देवाजींचं घर सोडून देवगावला नेलं.. तिथे ज्या शाळेत आम्ही जात होतो, आमच्या वर्गात होती शांती. रोज शाळेत एकत्र जात-येत होतो. काही वाद व्हायचे..भांडणं व्हायची..पेन्सिलीवरून, तर कधी खेळावरून..पण विसरूनही जायचो. दुसऱ्या दिवशी पुन्हा गळ्यात गळे...'

"मला आठवतं चांगलंच. एकदा भांडण झालं. आम्ही घरी गेलो. मला वाटलं हे रोजच्यासारखंच... पण शांती विसरली नाही. दुसऱ्या दिवशी माझ्या एका मैत्रिणीला दोन अभ्यासाची पुस्तकं हवी होती. तीसुद्धा आमच्यासारखीच .. गरीब.. मी दिली पुस्तकं.. शांतीनं ते बघितलं. आणि कारीला जाऊन सांगितलं की मी अभ्यासाची दोन पुस्तकं विकली आणि त्याची भजी घेऊन खाल्ली. कारीला खरं वाटलं."

"मुसू, मला खरं वाटणारच ना..किती दिवस उपास घडला होता..मैदा पाण्यात भिजवून त्यात मीठ-मिरची घालून शिजवून ती पेज खात होतो सकाळ-संध्याकाळ.. गरम गरम भजी दिसत ठेल्यावर येता जाता, त्यांचा खमंग वास ... का नाही खावंसं वाटणार? आणि का नाही माझा विश्वास बसणार? ही आली घरी, तशी एक नाही न दोन नाही..सरळ पट्टीनं मारायला लागले. इतकं मारलं इतकं मारलं की शेवटी माझे हात दुखायला लागले. का मारलं? खूप वाईट वाटलं होतं ऐकून की हिनं पुस्तकं विकली. ती पुस्तकं विकत घेता यावीत म्हणून मी...."

"म्हणून काय कारी?"

"काही नाही"

"बोल, मोकळी हो. सांग"

"काही नाही म्हटलं ना..."

"म्हणून तू त्या चित्रकारासमोर नग्न झालीस. मॉडेल बनलीस त्याची. त्यानं तुझं न्यूड पेंटिंग रेखाटलं."

"मुसू..."

"मला माहीत आहे ते..क्षिप्रालाही माहीत आहे."

"आणि?"

'बस..आणि कुणाला नाही माहीत. पण नंदाला आणि आवूला, नाईजाला हे कळायला हवं होतं की तू आम्ही शिकावं म्हणून काय काय केलंस..म्हणून आत्ता बोलले. आणि तो होता तुझा राग...मला मारण्या पाठीमागे. तेव्हा नव्हतं माहीत; पण एकदा तुला त्याच्या खोलीवर जाताना बघितलं होतं आणि मग नेहमी बघितलं. त्याच्या घराची ती खिडकी. त्या खिडकीला एक भोक होतं. त्या भोकाला डोळा लावून बघितलं होतं मी एकदाच. तेव्हा तुला बघितलं. मूर्तिमंत! तास न् तास एकाच पोझमध्ये बसायचीस. रग लागली असेल ना तेव्हा! त्या खिडकीला टेकून कित्ती रडले होते मी. आणि अशा कष्टांतून तू आमचं शिक्षण केलंस. कशी विकणार पुस्तकं मी? मी नव्हती पुस्तकं विकली, हे तुला समजल्यावर अख्खी रात्र माझ्या अंगावर उठलेल्या वळावर तेल लावत बसली होतीस ना...!"

"मुसू..."

"मग या महाराणीनं फर्मान काढलं. शांतीशी कुणीही बोलायचं नाही. आणि शांती एकटी पडली. मग तिनं माफी मागितली. लेखी माफी. तो कागद मी बरेच महिने जपून ठेवला होता. पण एवढ्यावर समाधान होईल तर ती क्षिप्रा कसली? तिनं एक प्लॅन आखला. एका संध्याकाळी शांतीला गल्लीच्या नाक्यावर बोलावलं. आणि क्षिप्रानं आणि मी मिळून शांतीला मार मार मारलं. वर तंबी दिली, याद राख कुणाला सांगितलंस तर..."

"कम्माल आहे..."

"क्षिप्रा अन्याय झाला तर गप्प बसणारी नाही. आणि जिथे ती भावुक झाली आहे, तिथे तर अजिबातच नाही."

नंदा, आवू बेचैन झाल्या होत्या. कारीनं केलेल्या या तडजोडी त्यांना माहीत नव्हत्या. अचानक असं काही समजेल हे त्यांच्या गावीही नव्हतं. आणि तरीही कारी शांत होती. त्या त्यागाचा उल्लेख तिनं आयुष्यभर केला नाही. ही कारी त्यांना वेगळीच वाटली. हे सौंदर्य जगण्यासाठी अशा तऱ्हेने उपयोगात येईल, असा कधी विचारही मनाला शिवला नव्हता- कुणाच्याच.

"आपण किती कमी ओळखतो आपल्या सख्ख्यांना... एका घरात, एकाच

उदरात जन्म घेऊन काहीही होत नाही. आपले समजण्यासाठीसुद्धा मनानं एकत्र येणं गरजेचं असतं. अतिशय माणसात रहातो आणि तरीही माणूस समजत नाही. गर्दीतलं एकाकीपण मग जास्त भावतं. तो एकांत असतो कि एकाकीपण? दोहोत फरक आहे. एकाकीपण एकटं करतं आणि एकांत स्वतःला सोबत करतं. असा एकांत आणि एकाकीपण खूप आलं वाट्याला. एकांत हा शब्द फार गूढ आहे. या शब्दाचा खरा अर्थ एकाचा अंत! म्हणजेच मुक्ती. एक म्हटलं की दोन आलंच. म्हणजेच सुरुवात, कोणत्याही गोष्टीची. पण जर एक नसेल तर दोन नाही..तीन नाही..पुढे काहीच नाही. असं संपणं साधू-संताना शक्य आहे. ज्ञानी, संन्यासी यांना शक्य आहे. कारण त्यांनी त्यांचा एक समर्पित केलेला असतो. एक उरतच नाही. त्या परमात्म्यामध्ये विलीन होऊन जातो. आणि उरतो केवळ परमात्मा. आपल्यासारख्या सामान्य माणसांना एकांत म्हणजे मनाचा एकटेपणा..तडफडणारा ...गुदमरून टाकणारा. पाण्यात गटांगळ्या खात असताना श्वासासाठी कासावीस करणारा...मग एखादा आधार, काडीचा आधार.. आठवणींचा धागा धरावासा वाटतो.. त्या धाग्याच्या आधारे रितेपणातून सुटका करवून घेण्याचा प्रयत्न...पण त्या आठवणी तरी आल्हाददायक असायला हव्यात ना? पाऊस पडतो, गारा पडतात..त्या गारा धराव्यात हातात आणि क्षणांत त्या विरघळून जाव्यात...ते पाणी ओघळून जातं...ओलसरपणाही ठेवत नाहीत...कोरडं, शुष्क करून टाकतात....

आणि मग असा ओलावा भेटतो, अचानक...आपल्याच माणसांमधला...जो कधी पाहिलाच नव्हता..जो कधी जाणवलाच नव्हता....."

"कुठे हरवलीस आवू?"

"तुमच्यामध्येच"

"काय गं..."

"काही नाही..आलेच..."

"संध्याकाळ झाली..क्षिप्रा नाही आली अजून.."

"आवू..."

"आले"

"आवू, एक छानसं भजन म्हण ना .."

"म्हणते..."

जोंधळ्याच्या भाकरीची चव लई न्यारी,
पंढरीचा राणा येतो जनाईच्या दारी
भक्तावरी भाळोनिया पंढरीचा राणा,
शिव्रात पिकवितो मोतियाचा दाणा

ओतीयाच पाणी भरलं कणसा कणसावारी
जनाईच्या जात्यावरी गाउनिया गाणी
पांडुरंग गेला बाई वेचायला शेणी
जनी म्हणे देवा आता काय देऊ न्याहारी
देव मागे जनीपाशी जोंधळा भाकरी
अमृताची चव त्याला काय सांगू तरी
वेडे भक्त समाधानी विठूराया चरणी
भक्ताचिया साठी देव करितो चाकरी

''किती गोड गातेस गं आवू..''

''नंदा, तुझी सतार हवी होती आत्ता..''

''सतार नाहीये; पण झांजा आहेत.''

''झांजा?''

''होय. त्या गाठोड्यात बघितल्या होत्या मी..''

''गाठोडं? कुठलं?''

''विसरलीस नाईजा, अगं, वाड्यावरून आणलं होतं ते? त्यात बघितल्या होत्या मी झांजा..थांब..गाठोडं आणते..''

''मग तेव्हा का नाही लक्षात आल्या?''

''कारण आपण स्वतःमध्ये मग्न होतो. दुकट्या, तरीही एकेकट्या. स्वार्थ, अहंकार; पण आता सगळं वितळून गेलं आहे. या बघ, आणल्या बघ झांजा...चांदीच्या आहेत?''

''होय..आणि किती जड आहेत बघा...आणि अजून पण काही आहे...हे काही कागद..आणि हे काय?...''

''काय बघताय एवढं?''

''आलीस क्षिप्रा...उशीर झाला..''

''पाणी दे गं तिला आधी..आणि चहा सांग..''

''एस.टी. चुकली एक. मग वाट बघत बसले...पोचले बाई..''

''दमलीस?''

''हो. शरीर, आणि मन दोन्ही दमलं आहे.''

''काय झालं तिथे?''

''आत्ता नको.. उद्या सांग.. जेवण सांगते ते जेव आणि झोप..''

''नको. आत्ताच बोलायचं आहे.''

''सांग''

''मी पोचले व्यवस्थित... साखरदांडे...रातराणी बिल्डर्स... चांगलं स्वागत केलं त्यांनी.. आणि सुखवस्तू, श्रीमंत आहेत.''

''बिल्डर आहे...''

''हो.''

''मग? इतका मातब्बर माणूस! आपल्याला का टाळत होता?''

''कारण आपण जहागिरदार आहोत. त्याच्या बायकोच्या सावत्र बहिणी आहोत..''

''काय?''

''रेखा ... रेखा साखरदांडे.. माईची मुलगी..आपली सावत्र बहीण... रातराणी बिल्डर्सची मालकीण आणि कदाचित वाड्याचीसुद्धा..''

''काय सांगतेस क्षिप्रा?''

''होय. खरं आहे...मी भेटले तिला. त्याआधी साखरदांडे मला म्हणाले की त्यांच्याकडे कायदेशीर कागदपत्रं आहेत.. आपल्या वाड्याची.... त्यांनी विचारलं, ताई, तुमच्याकडे काय आहे पुरावा की तुम्ही जहागिरदार आहात याचा...''

''पुरावा? रेखा हाच आहे मोठा पुरावा..''

''ती का मान्य करेल?''

''थांबा... एक मिनिट.. हे कसले कागद आहेत ते मला पाहू दे...हे गाठोडं आम्ही आत्ताच सोडलं क्षिप्रा. जे आपण बघितलं नव्हतं नीट... यात कसले कसले कागद आहेत... आणि ते नक्कीच महत्त्वाचे आहेत.. मी बघते...''

''क्षिप्रा, सांग त्यांना.. पुरावा बघा.. या बघ नोंदी.. पत्रिका... सर्वांच्या पत्रिका आहेत.. जन्म, वेळ, गाव..नक्षत्र. वार... ही बघ, बालार्कची पण आहे... बघ.. आणि हे बघ आपल्या नावांचे दाखले... आहे, पुरावा आहे.. खूप सारा आहे.. रेखाला म्हणावं.. घे.. आणि ''

''काही उपयोग नाही याचा. देवाजी कोर्टात केस लढत होते ना...कदाचित मरेस्तोवर .. जिंकले असतील वाडा ... आणि त्या दरम्यान कदाचित देवाजी रेखाकडे असतील .. तिनं स्वतःचं नाव घातलं असेल..वंशज म्हणून..''

''तू का नाही मागितलेस ते कागद ?''

''काय उपयोग होता? असतील. तरी त्यानं काय फरक पडतो?''

''पडतो ना..आपणही वारस ....''

''नाही काही होणार... पण अजून एक दिवस आहे उद्याचा ..प्रयत्न करणार...पुन्हा एकदा... बघू. कायद्यानं आपण कुलूप तोडू शकत नाही. तो गुन्हा होईल. तेव्हा शांत राहा...बघू उद्याला..''

''क्षिप्रा...''

''हे काय आहे? ती सुरनळी बघू... कोण आहे ही? कुणाचं चित्र रंगवलं

आहे हे? किती जुनं...रंग फिकट झाले आहेत..पण ही बाई..किती सुरेख आहे...''

''बघू.. क्षिप्रा.. ही तर अंबई...!''

''काय? ही अंबई आहे? इतकी सुंदर... मी तर आत्तापर्यंत मनानेच रंगवलं होतं तिला.. एक छबी मनात तयार केली होती तिची..तिला बघितल्याचं आठवतच नाही ना....''

''खूप लहान होतात तुम्ही..मुसूला पण नसेल आठवत..''

''नाही...''

''अंबई....! फार मोठा मौल्यवान ऐवज सापडला.. अजून काय हवं आता? तिच्या या चित्रासमोर आपण तिचा वाढदिवस साजरा करू आता. थकवा गेला बघ कुठल्या कुठे...आता तयारी करायला हवी.. मध्ये उद्याचा एकच दिवस उरलाय...''

''काय करायची तयारी?''

''केक नको आणूस...''

''नाही गं...पण नंदा, आवू तुम्ही आणि कारी तुलाही आठवतात ना अंबईला आवडणारे पदार्थ? ते ऑर्डर करायचे.. आणि..... पण...''.

''जेव, निवेल ते आता... झोप शांत. उद्या बघू...''

गावदेवीच्या देवळात काकड आरती चालू होती. मशिदीत बांग दिली जात होती. कोंबडा आरवत होता. बैलांच्या गळ्यातल्या घंटा किणकिणत होत्या..आमराई जागी होत होती.

दाराची कडी वाजली..इतक्या पहाटे कोण आलं असेल? दारात विष्णू उभा होता.

''चहा इतक्या लवकर आणलास?''

''ताई, चहा नाही आणलो..काल तुमचं पत्र येऊन सोडलंय एक.. मी विसरून गेलो की...आत्ता मालक सांगून सोडलं की आत्ता देऊन सोड म्हणून. म्हणून ते द्यायला येऊन सोडलो बघा. घ्या. चहा आणून सोडू का?''

''आण''

''क्षिप्रा, पत्र आलंय..बघ कुणाचं आहे?''

''इथे? आणि पत्र? बघू...हे अक्षर तर माऊचं आहे..''

प्रिय आई,

तुला माझं पत्र बघून आश्चर्य वाटेल.

''मोठ्यांदी वाच...''

“तुम्ही सगळ्या जणी कित्येक वर्षांनंतर अशा एकत्र भेटत आहात. मला खरंच खूप बरं वाटतंय. इंदाक्का असताना जर अशा भेटला असतात तर?

‘तू जेव्हा आमराईला जायचं असं म्हणालीस ना, तेव्हा जरा मला बेचैनी आली होती. तू आत्तापर्यंत आमराईचं जे काही वर्णन केलं होतंस, त्यावरून वाटत होतं की तू जाऊ नयेस. पण तुझी जिद्द...

‘आणि मग जास्त आनंद झाला जेव्हा सगळ्या जणी यायला तयार आहेत, हे ऐकून. किती वर्षांनंतर भेटत आहात गं? काय चाललय? मजा करत आहात ना? आता संगत सोडू नका ..

‘आवूमावाशी, मला अजूनही तुझं घर आठवतं. छोटंसं; पण नीटनेटकं. आणि तुझ्या हाताच्या विविध चटण्या..खोबऱ्याची, तिळाची, डाळींची, आमसुलाची, कैरीची,...तोंडाला पाणी सुटलं बघ. आणि तू मला शिवलेला तुझ्या साडीचा परकर ...खूप वर्षं जपून ठेवला होता मी. आणि तुझं शिकवणं ...गणित नाही आलं तर हळुवार चापटी मारणं...शिकवण्या घेतेस का गं अजून? आणि तुझं भजन...ते कानडी भजन...

ओडी बारय्या वैकुंठा पती, निन्ना नो दुवे मन दडीमाय

शब्द बरोबर आहेत ना?’

‘नंदामावशी..तुझ्याकडे माझी लेक चित्र काढायला यायची. काकांकडे.. जर आपण आधी दोस्त झालो असतो तर.. तर ती खूप काही शिकू शकली असती त्यांच्याकडे. काका गेले आणि तू एकटी पडलीस. आता कदाचित तुला असं वाटेल की तुला मूल हवं होतं एखादं. पण नंदामावशी आम्ही आहोत तुझ्यासाठी. फक्त एकच कर. आईबद्दल जो आकस आहे तुझ्या मनात, तो काढून टाक. खूप वर्षं लोटली आहेत त्या घटनांना. आणि घडून गेलेल्या गोष्टी..बदलू तर शकणार नाहीत..पण येणारा काळ त्यानं दूषित होत राहील. सोडून दे आता. वरवरचं नको प्रेम..आतून येऊ दे. विनंती आहे तुला.

‘कारीमावाशी, मला तुझा अभिमान आहे. स्वतः एकटी राहिलीस पण आपल्या बहिणींना मात्र देत राहिलीस कायम. मतभेद, कडवटपणा आला; पण त्याची कारणं समजली असतील तुला. मला तुझा अभिमान आहे. पारितोषिक मिळवलंस. मुख्याध्यापक झालीस...खूप चढ-उतार बघितलेस...पण ताठ राहिलीस आणि ताठ राहायला शिकवलंस..”

‘नाईजामावशी गरिबीतही हसतमुखानं, समाधानानं संसार करता येऊ शकतो, हे समजतं तुझ्याकडे बघितलं की. किती तृप्त आहेस तू.. !’

‘आणि मुसूमावाशी...तुला काय सांगू? तुझी आणि आईची कथा तशी सारखीच. दोघींनी प्रत्येक परिस्थितीला धीरानं तोंड दिलं. एकच... माझ्या आईनं तिच्या

पिल्लांना सांभाळलं. तू का नाही गं तसं केलंस? का सोडून गेलीस शमीला? तिचं दुःख मी बघितलं आहे. ती तुझा तिरस्कार करते, हे गोष्ट खरी आहे. पण मावशी, तू आली आहेस ना परतून आता; मग घे तिला जवळ..तिलाही तूच तर आहेस एकमेव..ती नक्की येईल तुझ्यापाशी. तुझा आईवर राग आहे.. विसर ते आता. ती विसरली आहे. तिनं तुला क्षमा केली आहे. आणि पुढच्या वेळेस तुम्ही सर्वांनी माझ्या घरी यायचं. माझ्या घरी भेटायचं. तुम्हा सर्वांची एक गोष्ट जी अतिशय महत्त्वाची आहे, ती मी शिकले आहे. कशाही परिस्थितीत तुमचं हसत राहणं, आयुष्याला सहजतेनं घेणं, एकमेकींची चेष्टा करणं... संकटं सर्वांवर येतात; पण त्या संकटांना हसून स्वीकारण्याची तुमची मनोवृत्ती मी माझ्यात भिनवून घेतली आहे.

'आणि आता आई... तुझ्याबद्दल काय लिहू? दौऱ्यावर असताना जेवणासाठी मिळणाऱ्या पैशातून तू आमचं आयुष्य घडवलंस. चहा-पाव खात राहिलीस आणि ते पैसे वाचवून आमच्या गरजा भागवल्यास. वडिलांचं प्रेम नाही मिळालं आणि तुझं प्रेम कळण्यासाठी खूप वर्षं घालवावी लागली. वडीलही प्रेम करत होते; पण एक हरलेला माणूस त्याचं प्रेम व्यक्त नाही करू शकला. आणि तू प्रेम करत होतीस पण तुझ्याकडे वेळ नव्हता. सतत कार्यरत असणं हा तुझा स्वभाव आम्हाला कधी एकटं करत होता तर कधी तुझ्या याच स्वभावामुळे आमची पोटं भरत होती. तुझी असहायता समजत नव्हती असं नाही; पण त्या वयात ती आमच्या पचनी पडत नव्हती. तू एकटीच एकटी नव्हतीस... मीसुद्धा एकटी होते. एकलकोंडी होते..पण मग स्थिर जीवन मिळालं. आणि मी थोडी बोलकी झाले. आज जेव्हा मी पंच्चावन्न वर्षं पूर्ण केली आयुष्याची, तेव्हा मला समजतो आहे तुझा प्रवास.. आणि आता तू तुझ्यासाठी काही करू इच्छितेस तर आई तुझी इच्छा नक्की पूर्ण होईल. आई तुझं आयुष्य म्हणजे एक समुद्राची लाट आहे. जी येते गतीनं, मध्येच झेप घेते, मोठी होते, किनाऱ्यावर येऊन फुटते..आणि मग शांत होते. अलगद माघारी जाते. आणि जाताना किनाऱ्यावरचा केरकचरा घेऊन जाते..

'तू तशी आहेस...तुझ्या आयुष्यानं गती घेतली..यशाची उंची गाठली..तू झेप घेतलीस..मोठी झालीस..पण आदळलीस, फुटलीस

'हे करत असताना अनेकांना गर्तेतून सावरलंस. अनेक जण आले, आपल्या छोट्याशा भाड्याच्या घरात राहिले, मुंबईत स्थिर झाले आणि निघून गेले..आजही ते तुला अक्का म्हणतात. पैशांसाठी कुणाकडे हात पसरले नाहीस. जे आधार तू शोधलेस त्यांनी मात्र तुला फसवलं. तरी तू उभी राहिलीस. आम्हा मुलींना कसं उभं राहायचं हे शिकवलंस. शेतकरी झालीस, आणि आता तर पौरोहित्य

करतेस..स्वतःला कुठून कुठे आणून ठेवलंस.

"तू परतून येशील ती हसतमुखाने येशील .. मी तुझं स्वागत करणार आहे
तुझी
माऊ.'

"रडत्येस क्षिप्रा? अगं नशीबवान आहेस. आयुष्याच्या उतारावर काय हवं असतं माणसाला? आपल्या माणसांनी आपल्याला ओळखावं ... गैरसमज नसावेत...अथवा कुठले समज असतील तर क्षमा करावं... आम्ही सगळ्या जणी येणार आहोत माऊकडे राहायला..पूस डोळे."

मुसू विचारात पडली. 'खरंच करेल का शमी मला क्षमा? आता जर आपण शमीकडे गेलो तर ती म्हणेल....आली. आता एकटी पडली तेव्हा आठवण झाली हिला. नाही. हे मी सहन करू शकणार नाही. मी एकटी पडले म्हणून नाही आले, यावर तिचा विश्वास बसणार नाही. सोडून गेले होते तेव्हा...किती लहान होती शमी..आणि आपण तिला 'लग्न तरी कर नाहीतर तुझं तू बघ, पण इथे रहायचं नाही घरात...' म्हणून चक्क हाकलून लावलं. तिने केलं लग्न, तर तिच्या जिवावर दोन्ही मुलांना आणि सासूबाईंना टाकून निघून गेलो. वळून बघितलंही नाही. सासूबाई गेल्या..तेव्हासुद्धा नाही आलो..आणि रोहिणीनं लग्न जमवलं तर ..

अजयनं तोडलं सगळं.... नाही अजयनं नाही.. आजही आपण त्यालाच दोष देत आहोत.. मी तोडलं, असं म्हण मुसू.. मी तोडली नाती, मी तोडलं मुलांना, मीच ......स्वतःचा संसार थाटण्याची इतकी घाई झाली होती... त्यापुढे मुलांचं भवितव्य नाही बघितलं.. माऊ म्हणते ते खरं आहे, क्षिप्रानं मुलांना नाही सोडलं माझ्यासारखं...मी मात्र.. फक्त माझाच विचार. माझी चैन. माझा आराम...! सर्व फक्त माझं..माझं...! आणि म्हणूनच आज माझं काहीही नाही...एकटी तर मी आहे... मी , माझ्याचमुळे...'

मुसू तिरमिरीनं उठली. तिनं त्या रात्री लिहून ठेवलेले कागद तिच्या पर्समधून काढले. क्षिप्राच्या पुढ्यात ते ठेवले आणि म्हणाली,

"क्षिप्रा, हे काही लिहिलं आहे मी. तुम्ही सर्वांनी अगदी कसलीही भीडभाड न ठेवता तुमचं आयुष्य मोकळेपणानं व्यक्त केलंत. मीच राहिले होते. खरं तर माझ्यात तुमच्यासारखी हिम्मत नव्हती. म्हणून लिहून काढलं. आत्तापर्यंत हे लिखाण दाखवायची हिम्मत होत नव्हती. मला मोकळं व्हायचं होतं तुम्हा सर्वांसारखं. लिहून काढलं आणि वाटलं की झाले मोकळी, रिक्त, रिकामी. पण शांत नाही

झाले. पण माऊचं पत्र ऐकलं आणि जाणवलं की खरं मोकळं तेव्हाच वाटेल जेव्हा हे लिखाण तुम्ही सगळ्या जणी वाचाल... मी देवळात जात आहे. तिथे बसून राहणार आहे. तुम्ही वाचा. मला क्षमा नको, माझी भलावण नको, कीव नको आणि आनंद नको. मी जात आहे. कुणी नंतर या बोलवायला... याल ना?''

मुसू निघून गेली. तिला आता कसलाही विचार करायचा नव्हता. ती देवळाच्या चौथऱ्यावर जाऊन बसली. डोळे मिटून घेतले आणि डोळ्यांमधून घळाघळा अश्रू ओघळू लागले. आणि प्रत्येक थेंबात तिला मुक्त वाटू लागलं. अगदी मुक्त...

जाग आली तेव्हा जेव्हा क्षिप्राचा हात तिच्या खांद्यावर विसावला. दोघींनी एकमेकींना घट्ट मिठी मारली.

''वेडाबाई, निघून आलीस इथे? चल. सगळ्या तुझ्या तुझी वाट बघत आहेत.''

एका खोलीत सगळ्या जणी हसून मुसूला कवेत घेत होत्या. आणि मुसू सर्वांमध्ये गुंतता गुंतता सुटत गेली. मोकळा श्वास म्हणजे काय, हे अनुभवत गेली.

''उद्या रात्री तुळशीच्या लग्नाच्या मुहूर्तावर जाऊ आपण वाड्यापाशी. आणि फटाके फोडू. कारंजी लावू, भुईचक्र घेऊ, बाण उडवू...''

''म्हातारे, डोळ्यांना वात दिसणार का?''

''भद्रा आहे ना, आणि त्याची लेक..ती लावेल फटाके. आणि रांगोळी काढायची आहे. मोठ्ठी. मुख्य दारापाशी. कंदील लावायचा.''

''कसा?''

''असा.. हा बघ.. आत बल्ब नाही तर मेणबत्ती लावायची.''

''आजची आपली संध्याकाळ तशी शेवटची. उद्या आपण वाड्यावर असणार आणि परवा सकाळी आपापल्या जागी जाणार. आज जाऊ या नदीवर? देवळात? आणि बाजारपेठेत?''

''जाऊ या.''

नदी शांत वाहत होती. तिच्या किनाऱ्यावर वर्दळ नव्हती. त्या चिखलावरून बारा पावलं उमटत होती. काही पुढे, काही मागे. नदीला त्याचं कौतुक नव्हतं. ती तिची मार्गक्रमणा करत होती. आणि नदी क्षणभर थबकली. तिच्या अंगाला पावलांचा स्पर्श झाला. त्या पावलांवरून तिने तिचे मुलायम हात फिरवले. त्या हातांच्या स्पर्शाने जहागिरदारांच्या कन्यका शहारल्या. नदीला नतमस्तक झाल्या.

कदाचित हा तिचा शेवटचा स्पर्श असणार या विचारांनी व्याकुळल्या.

गावदेवीचा चौथरा आश्चर्य बघत होता. सहा वृद्ध महिला एकमेकींचा हात धरून तो चौथरा चढत होत्या. त्यांच्या हातात परडी होती. नारळ, गजरा, हळदकुंकू, उदबत्ती आणि पेढे असलेली. धारवाडी साड्या नेसलेल्या त्या सहा जणी अतिशय प्रसन्न चित्ताने, समाधानाने गाभाऱ्यातल्या गावदेवीकडे पाणावलेल्या डोळ्यांनी बघत होत्या. सांजवेळ होती आणि आरतीला सुरुवात होणार होती...आवूनं बटव्यातून झांजा काढल्या..चांदीच्या. रेशमी दोरी असलेल्या..आणि झांजा वाजू लागल्या...घंटा घणघणू लागली....गावदेवी डोलू लागली....

आजचा दिवस शेवटचा दिवस... आज आता कुणी रडायचं नाही. गतकाळ आठवायचा नाही. आता आज जे करू ते फक्त मजेचं आनंदाचं असेल, असं प्रत्येकीनं मनोमन ठरवलं. आज कुठलीही पथ्यंसुद्धा पाळायची नाहीत. सर्व खायचं. अगदी यथेच्छ..हेही त्यांनी ठरवून टाकलं

बाजार गच्च भरलेला होता. त्यांच्या मनात काय आलं कुणास ठाऊक? एकीनं सुगंधी तेल घेतलं. एकीनं चंदनाचा साबण घेतला. भजी, वडे, आइस्क्रीम, ... आणि खिदळणं

चंद्र सर्व बघत होता. आता त्यानं त्याचे डोळे पूर्ण उघडले होते. त्याच्या डोळ्यांना त्या सहा जणी दिसत होत्या. आज तो एकाच खिडकीतून डोकावत होता. कारण दुसरी खिडकी आज कुणी उघडली नव्हती. एकाच खोलीत सहा जणी दाटीवाटीनं निजल्या होत्या- कुशीत निजल्यासारख्या. चंद्र हसत होता. त्याला उद्याच्या रात्रीचे वेध लागले होते. त्याला उद्या अजून मोठं व्हायचं होतं आणि खोलीत निजलेल्या त्या लहान होत जात होत्या.

कोंबडा आरवत होता. गावदेवीच्या देवळातल्या घंटा वाजत होत्या. मशिदीत बांग दिली जात होती. बैलांच्या गळ्यातल्या घंटा किणकिणत होत्या. आमराई जागी होत होती.

"चला गं..आज जरा तेल लावू अंगाला."

"छान.. उटणं नको का?"

"आहे का?"

"आणायचं का?"

"वेड लागलंय तुम्हाला.."

"पण तेल लावायला हरकत नाही. छान थंडी आहे. ऊन ऊन पाण्यानं न्हाऊ मग. मी लावते सर्वांना तेल"

"मुसू..हात दुखतील हो.."

"नाही दुखायचे..आधी कोण येतंय?"

"मी..."

"ये ...असंच करू..जन्माप्रमाणे...उतरती भाजणी..."

आणि मग एका मागोमाग एक..हसत खेळत..थट्टा करत ....वेळ भरारा गेला. पोटपूजा झाली आणि प्रत्येकीनं आपापली बॅग लावायला घेतली. गेल्या आठ, दहा दिवसांत खोलीभर पसरलेले कपडे आवरले गेले. खोली हा हा म्हणता रिकामी भासू लागली. बॅगा गच्च भरल्या. आणि मनंसुद्धा भरून आली.

दिवस हा हा म्हणता उतरणीला लागला. संध्याछाया पसरू लागली. मनं जड झाली.

"निघायचं ना वाड्यावर जायला? आवू तुझ्यासाठी रिक्षा आणू?"

"नको. आज चालत येईन."

अंबईचं चित्रं क्षिप्रानं पर्समध्ये ठेवलं. सहा जणी नटल्या आणि जड पावलांनी सगळ्या निघाल्या. भद्रा दुकानात त्यांची वाट बघत होता. त्यांना येताना बघून तो दुकानाच्या दाराशी आला.

"तुमचीच वाट बघून राहिलो होतो. या..गौरा आणि पद्माक्षी घरी बोलावून राहिल्यात तुम्हाला. अप्पाजी पण..."

"जाऊ या घरी. पण आधी वाड्यावर जाऊ..फटाके? आणि रांगोळी?"

"हे काय...बांधून ठेवून सोडलोय की सगळं"

"चला..."

"मी दोघींना वाड्यावर बोलावून सोडतो"

"बोलाव."

वाड्याच्या मुख्य दाराशी सगळ्या पोचल्या आणि थबकल्या... पुन्हा पुन्हा बघत राहिल्या... वाड्याचा मुख्य दरवाजा सताड उघडा होता. दाराशी मोठ्ठी सुरेख रांगोळी काढलेली होती. दाराच्या दगडी कमानीवर मोठा कंदील झगमगत होता. पणत्या तेवत होत्या.. आणि दगडी पायवाट स्वच्छ केलेली होती.

सगळ्या जणी अगदी आश्चर्यचकित झाल्या होत्या...दुकानातून वाड्याकडे येणाऱ्या भद्राला क्षिप्रानं बघितलं.

"भद्रा, हे काय आहे? तू केलंस हे सर्व?"

"क्षिप्रा, तू जाऊन सोडलीस ना गं साखरदांडेकडे.."

"हो"

"कुणी येऊन सोडलं काल त्यांच्याकडून आणि वाडा सजवून सोडला बघ."

"खरंच?"

"मी खोटं सांगून सोडेन का?"

"मग तू काल का नाही सांगितलस आम्हाला?"

"मी फोन करून सोडलो की गं...तू घेऊन नाही सोडलीस...."

"कधी?"

"रात्रीला."

"असं?"

"आत जायचं का आपण?"

"हो..जाऊन सोडा मी येतोच..."

तुळशी वृंदावन अजूनही जरा ओलसर होतं. सिमेंट वाळलं नव्हतं. तुळस वृंदावनात डोलत होती..आणि कोनाड्यात चांदीची समई तेलवातीने सजली होती.

क्षिप्रानं तिथं स्वस्तिक रेखाटलं. आवूनं पावलं काढली. हळद-कुंकू वाहिलं गेलं. आणि बाहेर फटाके फुटू लागले. तुळशीचं लग्न लागत होतं. समई उजळली..तुळशी वृंदावनभर प्रकाश झाला. अंबईचं चित्र तिथे ठेवलं गेलं...आणि मग मात्र त्यांचा बांध फुटला....

भग्नावशेष झालेल्या वाड्याच्या प्रत्येक दालनातून त्यांचं बालपण जणू पळत येत होतं...तुळशीला प्रदक्षिणा घालत होतं. झोपाळा झुलत होता आणि दागिन्यांनी मढलेली अंबई तुळशीच्या लग्नासाठी येत होती, तिला पूजायला....माजघराच्या दारातून...हातात तबक. तबकात सौभाग्य लेणं... आणि तिच्या चेहऱ्यावर मंदपणे पसरलेला चांदीच्या निरांजनात तेवणाऱ्या ज्योतीचा प्रकाश....

स्टेशनवर सगळ्या जणी उभ्या होत्या.. १...२...३...४...५...

आता स्टेशनवर ती एकटी उभी होती... तिच्या गाडीची वाट बघत...

त्या दिवशी ती एकटी होती. कुणी येईल की नाही, अशी तिला काळजी होती. कोणी येवो न येवो..आपण मात्र अंबईचा वाढदिवस साजरा करायचा...पण आल्या त्या..गाठोडी बांधली गेली होती...सोडली गेली होती..प्रत्येकीच्या गाठोड्यात काय दडलंय, बघितलं गेलं होतं...पोटात भूक घेऊन त्या वेळेला पाखरं उडाली होती. ज्याच्या पंखात जितकी ताकद तेवढी मजल मारली गेली होती. ती पाखरं पुन्हा परतली. आपापली न राहता एकमेकींची झाली. आणि पुन्हा उडून गेली. पण आता जास्त मजल मारू शकणार नाहीत. पंख दमले आहेत. थकले आहेत.. पिसं गळून गेली आहेत. तरी मन मात्र खंबीर आहे...प्रत्येक पाखराचं....

अग्निरथ धडाडा निघून गेला आहे...आपापल्या पाखराला घेऊन.. त्याला काय फरक पडतो? कोण दुःखी, कोण सुखी? त्याला कुणाच्या भावनांची काय किंमत? त्याच्या उदरात इतकी पाखरं आणि त्या पाखरांची धडधडणारी हृदयं .... त्या सर्वांच्या हृदयांच्या धडधडण्याचा एकत्र आवाज.. तोच ऐकू येत असणार...म्हणून अग्निरथ धावताना धडधड धडधड असा आवाज होतो.

क्षिप्रा तिच्या अग्निरथात चढली. तिनं एकवार मागे डोकावून पाहिलं.... आमराई खूप दूर राहिलं होतं. भग्न झालेला वाडा, भेगा पडलेला वाडा, त्या भेगा जराशा बुजल्या होत्या. भग्न झालेले चेहरे जरासे बुजले होते आणि आता पुढे बघायचं होतं. अगदी मरण येईस्तोवर... जगायचं होतं, कारण मागे काही तरी शेष राहिलं होतं.

◆